तुमची कला
तुमचे करिअर

संपादक

प्रा. सुभाष वामन भावे

प्रा. मनोहर केशव इंगळे

डायमंड पब्लिकेशन्स

तुमची कला तुमचे करिअर
संपादक : प्रा. सुभाष वामन भावे,
प्रा. मनोहर केशव इंगळे

Tumachi Kala Tumache Career
Sampadak : Prof. Subhash Waman Bhave, Prof. Manohar Keshav Inagle

मुखपृष्ठ
डायमंड पब्लिकेशन्स

पहिली आवृत्ती : मे २०२४

ISBN : 978-93-91948-44-3

प्रकाशक
डायमंड पब्लिकेशन्स
२६४/३ शनिवार पेठ,
अनुग्रह अपार्टमेंट,
ओंकारेश्वर मंदिराजवळ,
पुणे–४११ ०३०
☎ ८६०००१०४१६
info@dpbooks.in

अक्षरजुळणी
मानसी घाणेकर

प्रस्तावना

चाकोरीबाहेर जाऊन वेगळा व्यवसाय करणाऱ्या वीस व्यक्तींच्या अनुभवांचे हे पुस्तक आहे. चाकोरी म्हणजे डॉक्टर, इंजिनीअर, सी.ए., वकील वगैरे होणं. माझ्या तरुणपणी तरी हीच चाकोरी होती. पण एकविसाव्या शतकाच्या सुरुवातीपासून इतक्या विविध विषयात लोकांनी प्रावीण्य मिळविले आहे की हे एव्हडे विषय असतात याचाच आम्हाला अचंबा वाटायचा. संगीत, नाटक, नृत्य हे विषयसुद्धा 'हौस' या सदराखाली असायचे. त्याचा व्यवसाय होऊ शकतो हे या नव्या पिढीने दाखवून दिले. या सर्व लेखांमधून प्रकर्षाने जाणवते ती एक गोष्ट म्हणजे, त्या कलाकारांची अपार मेहनत! संगीत, नृत्य या कला शिकणाऱ्या कलाकाराला प्रथम रंगभूमीवर येण्यासाठी कितीतरी वर्षांची मेहनत करावी लागते. गुरूकडून योग्य शिक्षण घेतल्यावरच ही कला सादर करता येते. नाटक मात्र शिक्षणाच्या बाबतीत बरंच मागं होतं. हजारोंनी संस्था होत्या, स्पर्धा होत होत्या, पण नाटकाचा अभ्यास फारच थोड्या लोकांनी केला होता. आता मात्र ही उणीव भरून निघाली आहे. महाराष्ट्रात आता अनेक विद्यापीठांमध्ये शास्त्रशुद्ध नाट्यशिक्षण मिळत आहे आणि त्यामुळे अनेक कलाकार पुढे येत आहेत.

आपल्या आवडत्या क्षेत्रात आपण व्यवसाय केला तर तो खरा अर्थपूर्ण होतो. कारण अर्थार्जन आणि आनंद या दोन्ही गोष्टी त्यातून साध्य होतात. मग एम. बी. ए. झालेल्या ऋचा तांदुळवाडकर या फ्लॉवर अरेंजमेंट सारख्या गोष्टी निवडतात, तर रोहित दामले हा जंगल सफारी दाखविणे हा व्यवसाय निवडतो. अशीच ही सगळी मंडळी अगदी वेगवेगळ्या क्षेत्रात भराऱ्या मारत आहेत. ड्रामा थेरपी तर लहान मुलांपासून वृद्धांपर्यंत सगळ्यांनाच उपयोगी आहे. फोटो काढणं हे मोबाईलमुळे हातचं खेळणं झालं असताना फूड फोटोग्राफी हा किती वेगळा विषय! पण अनिरुद्ध पुराणिक हा व्यवसाय करतात. कीर्ति रानडे या स्वत: स्टेन्ड ग्लासची डिझाईन्स् करतात. काचांचे तुकडे काही प्रक्रीयांनंतर जोडून त्याचं शिल्प तयार होतं. किती सुंदर दिसत असेल ते! लहानपणी आमच्या शाळेत जादुगार रघुवीर यायचे. हातचलाखी

असेल तरी त्याला किती प्रचंड मेहनत लागत असेल! त्यात पुन्हा शब्दप्रभुत्व हवंच. प्रसाद कुलकर्णींनी हे आव्हान पेललं आहे. अनघा लेले रशियन पुस्तकांचं, गोष्टींचं भाषांतर करतात. अरे आपल्या मातृभाषेत अशी जगातली सगळ्या भाषांमधली पुस्तके वाचता आली तर आणखी काय पाहिजे? 'केल्याने भाषांतर' हे मासिक वाचल्यावर त्या त्या देशात गेल्याचा आनंद मिळतो. शिवाय त्यांच्या राहणीमानाविषयीही जाण येते. या सगळ्यांचा वेगळा उल्लेख करायचं कारण, हे सगळेजण अपरिचित आहेत. नाटक, सिनेमा, टेलेव्हिजन, अगदी संगीत व नृत्य कलाकारांनाही आपण पाहिलेलं असतं. अर्थात, त्यांचं योगदानही तितकंच महत्वाचं! पण त्यातही पडद्यामागची एडिटर, कॅमेरामन व विशेषत: लेखक यांच्याशिवाय पर्यायच नाही. मला स्वत:ला एडिटरचं सर्वात जास्त कौतुक आहे. तुकडे, तुकडे जोडून एक सुंदर कलाकृति त्यातल्या अर्थासकट एकत्र करण्याच काम नक्कीच सोपं नाही.

डबिंग हीसुद्धा एक कलाच आहे. कुणाची तरी एक कल्पना होती. सर्व भारतीय भाषांमधील चित्रपट इतर भारतीय भाषांमध्ये डब करायचे. दाक्षिणात्य चित्रपट हिंदीत डब झालेलेच आहेत. डबिंगमध्ये जर दुसऱ्या कलाकाराला आवाज द्यायचा असेल तर त्याला किती अभ्यास करावा लागतो! शुभंकर सातव याने याविषयी सविस्तर लिहिले आहे.

या सर्व कलाकारांचं कौतुक आहे. आपापल्या कलेत परिपूर्णता येण्यासाठी त्यांनी अपार कष्ट केले आहेत. अर्थात, लोकांनी त्यांना जाणीवपूर्वक दादही दिलेली आहे.

आपल्याकडे बारावीत ऐंशी टक्के मार्क्स् मिळाले तर घरात 'मातम' सुरू होतो. आता याचं किंवा हिचं कसं होणार?

पूर्वी मुलीचं लग्न लावून दिलं की आईबाप कर्तव्य पार पडल्याचं समाधान मानत. आज तो काळ राहिला नाही. अर्थार्जन ही दोघांची जबाबदारी झालेली आहे. सगळ्यांनाच वाटतं आपल्या मुलांनी शिकावं. मुलांच्या आवडीप्रमाणे त्यांना ते हुनर शिकवणं ही आई वडिलांची जबाबदारी आहे. नाटक बघावं कसं? गाणं ऐकावं कसं? हे शिकवावं लागतं. त्यात प्रत्येकाची कुवत वेगळी असते. आजकाल प्रत्येक मूल शाळेत जातं. (काही खेड्यांचा अपवाद असेल.) अक्षर ओळख होते. पण शिक्षण होतं का? या पुस्तकात परिचय करून देण्यात आलेल्या सर्व कलाकारांनी त्यांचं उच्च शिक्षण पूर्ण करून मग आपापल्या कलांचं व्यवसायात रूपांतर केलेलं आहे. असं उच्च शिक्षण सर्वांनाच नाही परवडत. कुणाकुणाची कुवत पण नसते. तरीही काही वेगळ्या विषयात ते प्रगति करू शकतात. उदाहरणं पुष्कळ आहेत. पण

इथं एकच देते. रंगभूषा ही एक मोठी कला आहे. पंढरी जूकर, कृष्णा बोरकर यासारख्यांनी अभ्यास करून त्यात नाव मिळविले आहे. आज टीव्ही, नाटक, सिनेमा या सगळ्यांसाठी किती गरज आहे रंगभूषाकारांची! पंढरीदादांनी तर त्यांचे शेकडो शिष्य तयार केले आहेत. एके काळी चाळीत राहणाऱ्या या कलाकारांना आता इतकं काम आहे की, त्यांचे मीरा रोड किंवा तत्सम लांबच्या गावी असतील, पण स्वत:चे फ्लॅटस् आहेत. चांगले पैसे मिळत असल्याने त्यांची मुलं उत्तम शिक्षण घेत आहेत. बऱ्याच जणांच्या बायका तर केशभूषा कलाकार झाल्या आहेत.

उत्तम लेखकांची पण खूप गरज आहे. अभ्यासात गति नसलेली एखादी व्यक्ती उत्तम लेखक होऊ शकते. तिला जग बघण्याची, वाचनाची आवड निर्माण करायला हवी. गृहिणी असणाऱ्या कितीतरीजणी आज वेगवेगळे पदार्थ करून विकत आहेत. शिवण, कशिदा, लोकरीचं काम करून अर्थार्जन करत आहेत. त्यातल्या काही फॅशन डिझाईनर पण आहेत.

थोडक्यात, करायचं म्हटलं तर खूप उद्योग आहेत. शेती, फुलशेती यातही युवा पिढी नवनवीन प्रयोग करत आहे. तंत्र तर कुठपर्यंत पोहोचलं आहे. भाजीवाली किंवा धुणंभांडी करणाऱ्या माम्यासुद्धा मोबाईलचा वापर सफाईदारपणे करत आहेत. संगणक तर आठ नऊ वर्षांची मुलं पण सहज हाताळत आहेत.

तर या पुस्तकातील सर्वच कलाकारांना शुभेच्छा ! तुमचं उदाहरण समोर ठेवून असेच शेकडो कलाकर आणि उद्योजक निर्माण होणार आहेत.

सुहास जोशी

मनोगत

कोणतीही क्रिया कौशल्यपूर्ण करणे म्हणजे कला असे म्हणता येईल. भारतीय परंपरेत चौसष्ट कलांचा उल्लेख आहे. कला हे रोजच्या धकाधकीच्या आयुष्यात विरंगुळा मिळविण्याचे एक साधन, तसेच ईश्वरापर्यंत पोहोचण्याचा एक मार्ग असे मानण्यात येत असे.

राजदरबारी संगीत, नाट्य, नृत्य इत्यादी कला अंगी असणाऱ्यांची उपजीविकेची सोय होत असे. अगदी चाणक्याच्या काळापासून ते संस्थाने विलीन होईपर्यंतच्या काळात हे उल्लेख आढळून येतात. तरीही कलेतून व्यवसाय ही संकल्पना काहीशी नवीनच आहे असे दिसून येते. मागील वीस पंचवीस वर्षात जसजशी देशाची आर्थिक प्रगति झाली, तसतशी कलांना उर्जितावस्था आली.

अनेक विद्यार्थ्यांच्या अंगात विविध कला असतात. बरेच वेळा विद्यार्थी औपचारिक शिक्षणात चांगली प्रगति करू शकतातच असे नाही. अर्थार्जन हेच बहुतेक सर्वांच्याच शिक्षणाचे ध्येय असल्याने आणि चांगल्या गुणांनी उच्च शैक्षणिक पदवी मिळविल्याशिवाय अर्थार्जनाच्या चांगल्या संधि मिळू शकणार नाहीत अशी बहुतेक पालकांची ठाम श्रद्धा असल्याने अशा व्यक्तींची कला छंदापुरती मर्यादित राहते आणि त्यांच्यावर 'आधी परीक्षेत उत्तम गुण मिळवा आणि मग काय तुमचा छंद जोपासायचा तो जोपासा.' असा दबाव (सक्तीच म्हणा) टाकला जातो. बरेचदा अशा दबावाखाली ते विद्यार्थी ना चांगले गुण मिळवितात, ना त्यांची कला उत्तम रीतीने विकसित करू शकतात. मग केवळ अर्थार्जनासाठी असे विद्यार्थी त्यांना न आवडणारे काम करत राहतात आणि कामातल्या आनंदाला पारखे होतात. पण काहीजण मात्र आपल्याला अवगत कलेतूनच अर्थार्जन करायचे आहे असे ठरवून त्या दिशेने वाटचाल करतात आणि यशस्वी होतात.

आज डॉक्टर, इंजिनीअर, चार्टर्ड अकौंटंट, आर्किटेक्ट, आय. टी. अशा औपचारिक क्षेत्रांखेरीज कलाधिष्ठित इतकी क्षेत्रे उपलब्ध आहेत की त्या कलांचे व्यवसायात रूपांतर करून पुरेसे अर्थार्जन तर करता येतेच पण आपल्याला आवडणाऱ्या

क्षेत्रात काम करण्याचा अतुलनीय आनंद पण मिळविता येतो.

कलेकडे व्यवसाय म्हणून बघणे शक्य आहे असे ध्यानात आल्यावर अंगभूत कला असणाऱ्या बऱ्याचशा व्यक्ती व्यावसायिक कलाकार झाल्या. कला हेच त्यांचे उपजीविकेचे साधन झाले. अशा वीस व्यक्तींनी कलेतून व्यवसाय कसा केला हे सांगण्याचा आम्ही प्रयत्न केला आहे.

पुस्तकात उल्लेख केलेल्या कलांशिवाय इतर अनेक कला असतील की ज्यांचा व्यवसाय करून उत्तम अर्थार्जन करणे शक्य आहे.

पुस्तकात अंतर्भूत केलेल्या काही कलाकारांनी औपचारिक शिक्षण पूर्ण करूनही आपल्याला अवगत कलेतच करिअर करावयाचे ठरविले. काहींनी ठरवून कलेशी निगडीत शिक्षण घेतले तर काहींनी नवीन वाटा शोधत प्रवास केला.

हे पुस्तक संपादित करण्यामागे हाच उद्देश आहे की ज्यांच्यामध्ये काही कला आहेत आणि त्या कलेच्या क्षेत्रातच करिअर करण्याची ज्यांची इच्छा आहे अशा विद्यार्थ्यांना व त्यांच्या पालकांना हे पुस्तक वाचून याची जाणीव व्हावी की, औपचारिक क्षेत्रांखेरीज इतर अनेक कलाधिष्ठित क्षेत्रांमध्ये अर्थार्जनाच्या उत्तम संधी उपलब्ध आहेत आणि त्यात करिअर करून विद्यार्थी आनंदी व समृद्ध जीवन जगू शकतील. ज्यांना आपल्या कलेतून उपजीविका करण्याची इच्छा आहे त्यांना हे पुस्तक प्रेरणादायी ठरू शकेल असा विश्वास वाटतो.

प्रा. सुभाष वामन भावे

प्रा. मनोहर केशव इंगळे

ऋणनिर्देश

'तुमची कला तुमचे करिअर' या पुस्तकाचे संपादन करताना अनेक जणांचा हातभार लागला आहे.

सर्वप्रथम पुस्तकात समाविष्ट केलेल्या सर्व कलाकारांचे मन:पूर्वक आभार.

सुश्री. अनघा बेहरे, सुश्री. आभा भागवत, सुश्री. ऋचा तांदुळवाडकर, श्री. विजय कानडे, श्री. शुभंकर सातव, सुश्री. सई रत्नपारखी व सुश्री. सीमा साठे या कलाकारांनी वेळात वेळ काढून स्वत: लेख लिहून पाठविले.

डॉ. अश्विनी सोवनी (कलाकार सुश्री. कीर्ती रानडे व श्री. अनिरुद्ध पुराणिक), डॉ. शरदचंद्र रानडे (कलाकार सुश्री. अपूर्वा वाघ), डॉ. समीर कुलकर्णी (कलाकार श्री. आदित्य इंगळे), सुश्री. वृषाली जोगळेकर (कलाकार श्री. आनंद इंगळे), डॉ. गिरीश तेलंग (कलाकार श्री. प्रसाद कुलकर्णी), डॉ. अजित कानिटकर (कलाकार श्री. मिलिंद दाते), सुश्री. आदिती अत्रे (कलाकार सुश्री. मुक्तल मवाळ) व डॉ. पल्लवी कासंडे (कलाकार श्री. रोहित दामले) यांनी त्या त्या कलाकारांबद्दल सुंदर लेख लिहून दिले.

डॉ. पल्लवी कासंडे (कलाकार श्री. आनंद चाबुकस्वार), सुश्री. मुग्धा चितळे (कलाकार सुश्री. आभा भागवत व कलाकार श्री. विजय कानडे), डॉ. अनुराधा ओक (कलाकार श्री.रोहित दामले), डॉ. शरद कोलते (कलाकार सुश्री. ऋचा तांदुळवाडकर) डॉ. सौ. स्वप्नाली पुराणिक (कलाकार श्री. अनिरुद्ध पुराणिक) यांनी त्या त्या कलाकारांची नावे सुचवून व त्यांच्याकडून लेखासाठी माहिती देण्यासाठी वा लेख लिहवून घेण्यासाठी अथक पाठपुरावा केला.

वरील सर्वांचे संपादकद्वय मनापासून ऋणी आहे.

उपर्निर्दिष्ट व्यक्तिंखेरीज अनेकजणांचे साहाय्य हस्ते परहस्ते या पुस्तकाच्या निर्मितीसाठी झाले आहे. त्या साऱ्यांचेही मन:पूर्वक आभार.

प्रा. सुभाष वामन भावे

प्रा. मनोहर केशव इंगळे

संपादक–परिचय

प्रा. डॉ. सुभाष वामन भावे

एम. ए. (अर्थशास्त्र), एल. एल. बी., एम. बी. ए. (इंडियन इंस्टिट्यूट ऑफ मॅनेजमेंट, अहमदाबाद).

काही वर्षे जबलपूर येथे कृषी उत्पादनांच्या व्यापारात कार्यरत.

शिक्षण प्रसारक मंडळी, पुणे यांच्या 'प्राचार्य ना. ग. नारळकर इंस्टिट्यूट ऑफ करिअर डेव्हलपमेंट अँड रिसर्च' या संस्थेचे बारा वर्षे संचालक. या काळात विद्यार्थ्यांना करिअरच्या नवीन संधि उपलब्ध करून देण्याच्या दृष्टीने उद्योग क्षेत्राच्या सहयोगाने प्रयत्न.

देश विदेशातील अनेक कार्यशाळांमध्ये अध्यक्ष/समन्वयक या नात्याने सहभाग व सादरीकरण.

उद्योग व व्यवस्थापन या संबंधित संशोधनास उत्तेजन देण्यासाठी 'संशोधन' या ट्रस्टची स्थापना व त्याचे मुख्य विश्वस्त.

व्यवस्थापन या विषयावर वृत्तपत्रातून विपुल लेखन.

विविध विषयांवरील एकूण अकरा पुस्तकांचे लेखन किंवा संपादन. दोन पुस्तकांचा हिंदी व इंग्रजीत अनुवाद.

प्रा. डॉ. मनोहर इंगळे

मार्केटिंग या विषयात डॉक्टरेट. औद्योगिक क्षेत्र व व्यवस्थापन अध्यापनाचा प्रदीर्घ अनुभव. देशांतर्गत व विदेशातील अनेक कार्यशाळांत व परिषदांमध्ये सहभाग व सादरीकरण.

भारती विद्यापीठ, पुणे येथे 'एम.बी.ए. व संशोधन' विभागाचे प्रमुख.

एम. आय. टी, स्कूल ऑफ मॅनेजमेंट, पुणे येथे डीन (अॅकॅडमीक अफेअर्स) या पदावर नेमणूक.

भूतानमधील 'रॉयल युनिव्हर्सिटी ऑफ भूतान' येथे चार वर्षे व्यवस्थापन विषयात प्राध्यापक. रॉयल युनिव्हर्सिटी ऑफ भूतानच्या 'रिसर्च अँड इनोव्हेशन कमिटी'चे दोन वर्षे सदस्यत्व. सकल राष्ट्रीय आनंद (Gross National Happiness) या विषयावरील दोन संशोधन प्रकल्पांसाठी रॉयल युनिव्हर्सिटी ऑफ भूतानकडून अर्थसहाय्य.

स्वव्यवस्थापनातून परिणामकारकता (Managing Self for Effectiveness) व आनंदाचे झाड, तुमच्या दारात (Happiness : Where do you Find It?) या विषयांवर विद्यार्थी व प्रौढांसाठी कार्यशाळा.

अनुक्रम

अजित परब – गायन व संगीतदिग्दर्शन

प्रश्न : आपल्या अंगात संगीत कला आहे हे केंव्हा व कसे कळले?

शाळेमध्ये मी फारसं काही गायलो नाही किंवा पुढे येऊन 'मला गायचं आहे' असं कधी सांगितले नाही. पण आईची इच्छा होती की मी गावं. त्यामुळे ती मागे लागायची. तिची मीना गाडगीळ नावाची एक मैत्रिण या संगीत शिक्षिका होत्या. त्यांच्याकडे ती मला गाणं शिकायला घेऊन जायची. मला त्यावेळी गाण्याची अजिबात आवड नव्हती.

पण मी जेंव्हा रूपारेल कॉलेजमध्ये जाऊ लागलो तेंव्हा कौशिक इनामदार, कमलेश भडकमकर असा आमचा ग्रुप झाला आणि तिथून मला गाण्याची आवड निर्माण झाली. तरीसुद्धा आपल्याला गाणं येतंय यापेक्षा आपल्याला गाणं आवडतंय हीच भावना प्रबळ होती. कॉलेजमध्ये आमचा स्वरसाधना नावाचा ग्रुप होता. पाटणकर नावाचे आमचे सर ही ॲक्टिविटी चालवत. त्यांनी आम्हाला खूप प्रोत्साहन दिले. ओंकार दादरकर, मी, कमलेश यांना ते सांगत की, ''गाणं करण्यासाठी तुमचा जन्म झाला आहे. तुम्ही तेच करा.'' त्यांचा हा आग्रह इतका मनस्वी होता की रिटायर झाल्यानंतरही दोन वर्ष रोज ते फक्त मला गाणं शिकवायसाठी कॉलेजात येत.

प्रश्न : गानकलेतूनच आपण अर्थार्जन करावे असे केंव्हा ठरले? त्या दृष्टीने काय प्रयत्न केले?

खरंतर गाण्यातून पैसे मिळवावे असा विचार त्यावेळी केला नव्हता. म्हणून त्या दृष्टीने प्रयत्नही केले नव्हते. पण योगायोगाने गोष्टी होत गेल्या. मी एका लोअर मिडल क्लास कामगार कुटुंबातला असल्यामुळे फार मोठी स्वप्नं नव्हती आणि तशा कुठं फारशा ओळखीही नव्हत्या. पण छोटे मोठे कार्यक्रम मिळू लागले होते. मी दहावी अकरावीमध्ये असताना ऑर्केस्ट्रामध्येही गात असे. थोडे फार पैसे मिळत होते. पण त्या वेळीही गाण्यात करिअर करण्याचा विचार नव्हताच. पुढे रूपारेलचा तो ग्रुप झाला, चांगल्या लोकांच्या ओळखी झाल्या आणि गोष्टी घडत गेल्या. मला त्यासाठी काही खास प्रयत्न करावे लागले नाहीत.

प्रश्न : कलेतून अर्थार्जन कसे सुरू केले?

शिक्षणात फारसा रस नसल्यामुळे पुढे उच्च शिक्षण घ्यावे असा काही विचार नव्हता. नोकरी करायचा विचार खरंतर कधीच मनात आला नाही. तरी मी प्लाझा थिएटरमध्ये सहा महिने नोकरी केली. त्याचं असं झालं की, त्यावेळी मी पं. जसराजजींचे पुतणे आणि शिष्य पं. रतन शर्मा यांचेकडे गाणं शिकत होतो. प्लाझा थिएटर त्यावेळी नव्याने सुरू झालं होतं. जसराजजींचे मेव्हणे यांनी ते चालवायला घेतलं होतं. पंडितजींच्या पत्नी सौ. मधुरा जसराज यांनी मला सहज 'मी काय करतो' असे विचारले आणि मी नुकतेच कॉलेजचे शिक्षण पूर्ण केल्याचे सांगितल्यावर ''प्लाझा थिएटरमध्ये नोकरी करशील का?'' असे विचारले व मी त्याला होकार दिला.

मी सहा महिने तिथे नोकरी केली. पण आपण गाणंही करावं आणि साईड बाय साईड नोकरी करावी असा विचार कधी मनात आला नाही आणि घरच्यांनीही कधी तशी बळजबरी केली नाही. या बाबतीत मी खरंच नशीबवान आहे.

प्रश्न : या निर्णयाला विरोध झाला का? विरोध कसा हाताळला?

या निर्णयाला विरोध झाला नाही. कारण माझ्या आईची इच्छा होती की मी गाण्यात करिअर करावं. त्यामुळे घरून विरोध झाला नाही. विशेष म्हणजे घरची परिस्थिती फारशी बरी नसतानाही माझ्या वडिलांनी किंवा मोठ्या भावाने ''तू नोकरी करून तुझा छंद जप'' असं कधीच सांगितलं नाही. सुरुवातीच्या स्ट्रगलच्या काळात तेंव्हाच्या आर्थिक परिस्थितीत मला जो काही पैसा मिळत होता त्याचं स्वागतच होतं. त्यामुळे विरोध झाला नाही.

प्रश्न : या निर्णयाला कोणाकडून पाठिंबा आणि मदत मिळाली?

सगळ्यात मोठा पाठिंबा घरच्यांचा होता. खास करून माझी आई आणि मोठा भाऊ अमोघ यांचा. कॉलेजात असताना आधी उल्लेख केला त्या पाटणकर सरांची खूप मदत झाली आणि प्रोत्साहन मिळाले. मित्रांचाही पाठिंबा मिळाला. पुढे ज्येष्ठ संगीतकार श्रीनिवास खळेकाकांकडून खूप शिकायला मिळालं. मला वाटतं असा पाठिंबा आणि प्रोत्साहन मिळणं एका कलाकारासाठी सगळ्यात महत्त्वाचं असतं. आपण काय करू शकतो किंवा काय करण्यात आपल्याला आनंद मिळतोय याची जाणीव कळत न कळत आपल्याला हे लोक करून देत असतात. मी स्वत:ला भाग्यवान समजतो की सुरुवातीच्या काळात ही सर्व मंडळी माझ्या पाठीशी उभी राहिली.

प्रश्न : या क्षेत्रातील स्पर्धा व अनिश्चितता यांचा काय विचार केला होता?

स्पर्धा आणि अनिश्चितता हा या व्यवसायाचा अविभाज्य घटक आहे. पण रॅट रेसमध्ये धावण्याचा माझा स्वभाव नाही. हा करतोय किंवा तो करतोय म्हणून आपणही तसं करावं असं मला कधी वाटलं नाही. म्हणून मी 'सारेगम'च्या सेलेब्रिटी सिंगर या एकमेव स्पर्धेत भाग घेतला. अन्य कोणत्याही स्पर्धेत मी भाग घेतला नाही. मुळात तो माझा स्वभाव नाही. आपण आपलं काम आनंदानं आणि इमानदारीनं करावं या पलीकडे कोणाविषयी असूया वा स्पर्धा माझ्या मनात नव्हती. या क्षेत्रातील सगळे आपले मित्र आहेत हीच भावना होती. मुळात संगीत मला इतका आनंद देत होतं आणि त्याची मजा घेत मी काम करत होतो की त्याच्यापुढे आपण कोणाबरोबर स्पर्धा करावी, कोणाला तरी हरवावं, त्याच्या पुढे जावं ही भावना फारच क्षुल्लक होती.

काम आणि पैसे मिळण्याची अनिश्चितता तर असतेच. पण मला असं वाटतं की काही काळानंतर प्रत्येक कलाकाराला त्याची सवय होते. एका महिन्यात तुमच्याकडे खूप काम असतं तर पुढच्या महिन्यात अजिबात नसतं. त्यामुळे ते अंगवळणी पडतं.

प्रश्न : या कलेत प्रावीण्य मिळविण्यासाठी व अद्ययावत राहण्यासाठी काय केले?

कुठल्याही कलेच्या क्षेत्रात किंवा व्यवसायात प्रावीण्य मिळविण्यासाठी तुम्हाला खूप मेहनत करावी लागते. मग ते गाणं शिकणं असेल, जे शिकलो त्याचा रियाज असेल किंवा नवीन संगीत ऐकणं असेल. माझ्याबाबतीत म्हणाल तर सुरुवातीला मी पूर्ण वेळ गायक होतो. त्यामुळे रियाज करणं, इतरांची गाणी ऐकणं, त्यातल्या चांगल्या गोष्टी आत्मसात करणं हे कळत न कळत चालू होतं. मी जेंव्हा संगीत देऊ

लागलो तेंव्हा वेगवेगळ्या प्रकारचं वर्ल्ड मुझिक ऐकणं, इतर संगीतकारांच्या संगीताचं आपल्या परीने विश्लेषण करणं नित्याचं झालं. हे सारं सतत करावं लागतं. अगदी या क्षेत्रात वीस वीस वर्षं काढल्यानंतरही. कारण संगीताचे प्रवाह, ट्रेंड सतत बदलत असतात. त्यामुळे तुमच्या क्षेत्रात टिकून राहण्यासाठी तुम्ही अद्ययावत् असणे आवश्यक आहे. ती एक सतत चालणारी प्रक्रीया आहे. ती कोणालाच चुकत नाही. अगदी सुरेश वाडकर किंवा अशोक पत्कींसारखे ज्येष्ठ आणि श्रेष्ठ कलाकारसुद्धा सतत नावीन्याच्या शोधात असतात.

प्रश्न : आर्थिकदृष्ट्या स्थिर होण्यापूर्वी निराशेचे प्रसंग आले का? ते कसे हाताळले?

मला वाटतं आर्थिक स्थैर्य ही एक रिलेटिव्ह गोष्ट आहे. कधी कधी एकाच वेळी खूप काम येतं आणि नंतर दोन तीन महिने काही काम नसतं. याला आर्थिक स्थैर्य म्हणायचं का? हां, तुमच्या क्षेत्रात काही काळ काम केल्यानंतर तुम्हाला एक आत्मविश्वास येतो की काम नक्की येणार आहे. पण ते कधी येईल, कोणत्या प्रकारचं येईल, त्यातून किती पैसे मिळतील याची काहीच कल्पना नसते. त्यामुळे नैराश्य येऊ शकतं. अशा वेळी घरच्यांची साथ फार मोलाची असते. मला माझ्या आई वडिलांची साथ मिळालीच. पण माझ्या पत्नीची साथ फार मोठी होती. ती चार्टर्ड अकौंटंट आहे. खरंतर तिला लग्नानंतर नोकरी सोडायची होती. पण तेंव्हा माझ्या करिअरची सुरुवात होती; काम मिळत होतं पण असं काही ग्रेट नव्हतं. त्यामुळे तिला काही दिवस नोकरी करावी लागली. मी कृतज्ञतापूर्वक नमूद करतो की त्यावेळी तिची साथ मिळाल्यामुळे मी आज या टप्प्यावर येऊन पोहोचलो आहे.

प्रश्न : या कलेत करिअर केल्याने आलेले समाधानाचे व आनंदाचे प्रसंग?

हो. बरेच आले आणि ते खूप सुखावह होते. खळेकाका, यशवंत देव, गजाननराव वाटवे यांसारख्या दिग्गजांकडून कौतुक झालं तेंव्हा खूप समाधान वाटलं. पुरस्कारही मिळाले. शेवटी कुठलाही पुरस्कार हा तुम्हाला आनंद देणाराच असतो.

कायम लक्षात राहणारेही काही प्रसंग आयुष्यात आले. पुण्यात आमचा कार्यक्रम होता. त्याला श्री. गजाननराव वाटवे आले होते. मी त्या कार्यक्रमात त्यांचेच एक गाणे म्हटले. विशेष म्हणजे मी गायलेल्या त्यांच्याच गाण्याला त्यांनी मला वन्समोअर दिला. तो क्षण मी कधीच विसरणार नाही. कुठल्याही पुरस्कारापेक्षा तो क्षण मोठा होता. खळेकाकांनी माझ्यावर वडिलांसारखे प्रेम केले, त्यांची कित्येक गाणी मी गायलो, नव्या चाली ऐकल्या हे ही माझे भाग्यच!

प्रश्न : नव्याने कलेच्या माध्यमातून अर्थार्जन करू इच्छिणाऱ्यांना आपण काय सांगाल?

तुम्ही जे करता त्यात तुम्हाला आनंद मिळत नसेल तर ते करिअर करण्यात काही अर्थ नाही. त्यापेक्षा नोकरी केलेली बरी. तसंच तुम्ही असा एक गुरू शोधावा जो कला आणि व्यवसाय यांची सांगड घालताना कोणत्या मर्यादेपर्यंत तडजोड करावयाची याचा योग्य सल्ला देईल.

गेल्या पंधरा वीस वर्षात या क्षेत्रात भरपूर संधी उपलब्ध झाल्या आहेत. चित्रपट, नाटक, सिनेमा, टेलेव्हिजन, स्वतंत्र मुझिक चॅनेलस् यांना गायक, संगीत दिग्दर्शक हवेच आहेत. त्यामुळे ज्याच्याकडे गुणवत्ता आहे त्याला काम मिळेलच. फक्त ते काम तुम्ही आनंद घेत, चिकाटीने आणि आपली व्यावसायिक मूल्ये सांभाळून करणं महत्त्वाचे आहे.

शब्दांकन : मनोहर इंगळे

(श्री. अजित परब यांच्या कथनानुसार)

अनघा बेहेरे – भाषांतर कला

अगदी लहानपणापासून भाषा या विषयाची आवड असल्याने दहावीला उत्तम गुण असूनही मी विद्याशाखेचा पर्याय निवडला. त्याचबरोबर पुणे विद्यापीठाच्या परकीय भाषा विभागात चालणाऱ्या रशियन भाषेच्या अर्धवेळ अभ्यासक्रमास प्रवेश घेतला. प्रवेश रशियन भाषेसाठी घेतला, कारण मी विभागात पोहोचेपर्यंत फक्त रशियन भाषेसाठीच जेमतेम काही जागा शिल्लक होत्या. हा योगायोग माझ्यासाठी फारच फायदेशीर ठरला. मुळात भाषेची आवड आणि सुदैवाने लाभलेले चांगले शिक्षक यामुळे रशियन भाषा दोन तीन वर्षात बऱ्यापैकी अवगत झाली. त्यावेळी एका सहकाऱ्याने मला पहिल्यांदा भाषांतर करण्याबद्दल विचारले. साधारण १९८६पासून मी रशियन भाषेतून भाषांतरे करण्यास सुरुवात केली. सुरुवातीच्या काळात मी भारत सरकारच्या संरक्षण साधनांशी संबंधित तांत्रिक माहिती पुस्तिकांची भाषांतरे केली. त्यानंतर पुणे आणि परिसरातील अनेक औद्योगिक, व्यावसायिक, शेती, उत्पादन व अवकाश विज्ञान अशा निरनिराळ्या आस्थापनांमध्ये भाषांतरे तसेच दुभाषी म्हणून काम केले. विद्यार्थीवयामध्ये या भाषांतरासाठी मिळणारा मोबदला अतिशय आकर्षक वाटत असे.

भाषांतर करणे आवडत होते, आणि जमत होते. परंतु पदवीचे शिक्षण सुरू असल्याने भाषांतरातच करिअर करण्याचा असा काही निश्चित निर्णय घेतलेला नव्हता. रशियन भाषा आता निव्वळ आवड म्हणून न राहता मी त्यामध्ये एम. ए.

करत होते. १९८९मध्ये मी शिष्यवृत्तीवर रशियाला एका पदविकेच्या अभ्यासासाठी गेले. परंतु भाषांतर करणे सुरूच राहिले. 'रादुका प्रकाशन' या प्रसिद्ध संस्थेसाठी मी रशियनमधून मराठीत भाषांतरित झालेल्या पुस्तकांचे शैली संपादन करू लागले. त्यावेळी ललित साहित्याच्या भाषांतरातील आव्हाने थोडी थोडी लक्षात येऊ लागली.

१९९२ ते २००० या काळात मी रशियन मध्ये पी. एच्. डी. करत होते. मुले लहान व घरच्या जबाबदाऱ्या असूनही भाषांतरामध्ये खंड पडला नाही. व्यावसायिक भाषांतराबरोबरच मी हळूहळू ललित साहित्याच्या भाषांतराकडे वळले. इतकंच नव्हे तर सबटायटलिंग (किंवा चित्रपटांसाठी भाषांतर) आणि व्हॉईस ओव्हर या भाषांतराच्या नव्या प्रकारांशी माझी ओळख झाली. आत्तापर्यंत भाषांतर करताना इतर तांत्रिक बाबींशी काही संबंध येत नव्हता. सबटायटलिंगमुळे एक नवे दालन खुले झाले. तसेच फक्त रशियन–इंग्रजी एव्हढ्यापुरतेच मर्यादित न राहता मी रशियन–मराठी, इंग्रजी–मराठी अशी भाषांतरेसुद्धा करू लागले.

१९९९ साली घडलेली एक महत्त्वाची घटना म्हणजे आम्ही परकीय भाषा शिकलेल्या आणि शिकविणाऱ्या काही समविचारी मंडळींनी एकत्र येऊन **'केल्याने भाषांतर'** हे परकीय भाषांमधून थेट मराठीत भाषांतरित झालेल्या साहित्याला वाहिलेले त्रैमासिक सुरू केले. जानेवारी १९९९मध्ये सुरू झालेले त्रैमासिक या वर्षी रौप्य महोत्सवी वर्षात पदार्पण करत आहे. त्रैमासिक वेळेवर वाचकांच्या हातात देणे गरजेचे असल्याने सतत उत्तमोत्तम ललित साहित्य निवडून त्याचे भाषांतर करवून घेणे किंवा स्वतः करणे हे अगदी नित्याचेच झाले. त्यामुळे आपसूकच व्यावसायिक भाषांतरांना विराम मिळाला. अर्थात, एखादी आव्हानात्मक कामगिरी असेल तर मी ती आनंदाने स्वीकारते.

२००५मध्ये बारामतीच्या विद्या प्रतिष्ठानमध्ये द्राक्ष उत्पादकांची एक परिषद आयोजित करण्यात आली होती. परिषदेला भारतभरातून १०००च्या वर प्रतिनिधी उपस्थित राहणार होते. त्यातही ८०० प्रतिनिधी महाराष्ट्रातले होते. परिषदेला मार्गदर्शन करणारे ४४ तज्ज्ञ ऑस्ट्रेलिया, अमेरिका, इस्राईल, फ्रांस यासारख्या देशांतले होते. उपस्थित मराठी मंडळींना या तज्ज्ञांच्या भाषणाचा मराठीमध्ये तत्काळ तर्जुमा हवा होता. याकरता तंत्रज्ञानाच्या मदतीने एक अभिनव प्रयोग राबविण्यात आला. तत्काळ तर्जुम्यासाठी दुभाषी (अर्थात अस्मादिक !) विद्यावाणी रेडिओच्या एफएम स्टुडिओमध्ये बसला. या दुभाष्यासाठी सभागृहात चाललेल्या भाषणांचे क्लोज सर्किट टीव्हीद्वारा प्रक्षेपण करण्यात आले. आणि ते भाषण ऐकून दुभाषी करत असलेला तत्काळ

तर्जुमा विद्यावाणीच्या एफ्एम् रेडिओद्वारे प्रक्षेपित करण्यात आला. परिषदेसाठी उपस्थित असणाऱ्यांनी तो छोट्या ट्रांझिस्टर सेटवर हेडफोन लावून ऐकला. या तत्काळ भाषांतराचे खूप कौतुक झाले.

अशा प्रकारची तत्काळ तर्जुमानी ही दुभाषाचा कस पाहणारी असते. कारण, लक्षपूर्वक ऐकून त्यातील महत्त्वाची माहिती ऐकणाऱ्याच्या भाषेत पुन्हा सांगायची असते. मराठी आणि इंग्रजी या दोन भाषा जरी घेतल्या तरी त्यांच्या व्याकरण पद्धती आणि शैली भिन्न आहेत. उदाहरण द्यायचे झाले तर, इंग्रजीमध्ये मेन क्लॉज अगोदर व त्याला चिकटलेली उपवाक्ये अशी रचना असते. तर मराठीत उपवाक्ये अगोदर आणि त्यानंतर त्यांना बांधून घालणारे मुख्य वाक्य ही रचना रूढ आहे. म्हणजे इंग्रजी वाक्य पूर्णपणे संपल्यावरच मराठी वाक्य कसे करावे ते उमजते. शिवाय तांत्रिक विषय असेल तर दुभाषाचे पारिभाषिक संज्ञांचे ज्ञानही अद्ययावत हवे. वर उल्लेख केलेली कामगिरी पार पाडताना मला पुष्कळ गृहपाठ करावा लागला. श्री. अ. दाभोळकरांच्या 'द्राक्षसंहिता' या पाठ्यपुस्तकाची तर मी पारायणे केली. सुदैवाने बराच काळ भाषांतरे करत असल्याने वाक्य रचनेच्या बाबतीत काही अडचणी आल्या नाहीत.

गेल्या काही वर्षात, म्हणजे ढोबळ मानाने म्हणायचे तर २००० सालापासून भाषांतर या क्षेत्रात प्रचंड उलाथापालथी आणि प्रचंड क्रांती घडून आलेली आहे. पूर्वी भाषांतरे ही विविध लिखित संहितांची (जसे करार मदार, न्यायिक संहिता, वैद्यकीय संहिता, तांत्रिक पुस्तिका, ललित साहित्य, वृत्तपत्रीय बातम्या इत्यादि) होत असत. तर राजकीय अथवा परदेशी शिष्टमंडळांच्या भेटींदरम्यान मौखिक भाषांतराची गरज पडत असे. आज भाषांतराचा आवाका प्रचंड वाढलेला आहे. आज सबटायटलिंग, व्हॉईस ओव्हर , मोबाईल ॲप्स यासारख्या दृक्श्राव्य किंवा इंटरॲक्टिव्ह माध्यमांमधील भाषांतराची गरज सतत वाढती आहे. आज आपण 'यु ट्यूब' किंवा 'ओटीटी' या माध्यमातून जगातल्या कोणत्याही भाषेत बनविलेल्या कार्यक्रमांचा आपल्या भाषेत किंवा आपल्या परिचयाच्या भाषेत आस्वाद घेऊ शकतो. जग जसे आणि जितके जवळ येत आहे तितकी भाषांतराची गरज वाढत आहे.

परंतु, त्याचवेळी संगणक आणि कृत्रिम बुद्धिमत्ता हे भाषांतराचे काम करायला पुढे सरसावले आहेत. गुगल हे सर्च इंजिन जेंव्हापासून आले तेंव्हापासून गुगल हा अफाट स्मृतिसंचय आपल्या स्मृतितून एकसारख्या वाक्यरचना असणाऱ्या संहिता पापणी लावायच्या आत शोधून काढू लागला. ज्या भाषांमधल्या सर्वच संहिता संगणकावर उतरल्या, त्या सगळ्या गुगल महाशयांनी आत्मसात केल्या. त्यामुळे आज जर्मन, फ्रेंच अथवा इंग्रजी यासारख्या भाषांमधील भाषांतर व्यवहार, खास

करून उपयोजित, ललितेतर प्रकारच्या संहितांचा भाषांतर व्यवहार, गुगल महाशय चुटकीसरशी पार पाडतात.

परंतु, पुरेशा समतुल्य संहितांचा साठा नसल्याने वेल्श, कुर्दिश, अहिराणी यासारख्या भाषांबाबत गुगल मात्रा चालत नाही. तसेच मराठीतून कानडी, हिंदीतून तेलगु, पंजाबीतून आसामी अशासारखा भाषांतर व्यवहारही अजूनही पुष्कळ प्रमाणात मानवी भाषांतरकारांवर अवलंबून आहे. ललित साहित्याचे भाषांतर हा प्रांतसुद्धा अजून तरी बराच काळ मानवी भाषांतरकारांच्या हातात राहील अशी चिन्हे आहेत. खास करून विविध भारतीय भाषांमध्ये निर्माण होणाऱ्या ललित साहित्याचे इंग्रजी किंवा इतर जागतिक भाषांमध्ये भाषांतर.

साधारण २०१०पासून मी अनेक व्यावसायिक आस्थापनांमध्ये, विद्यापीठाच्या विविध विभागांमध्ये भाषांतरकारांसाठी कौशल्य विकास शिबिरे घेत आहे. त्यातील काही सूचना भाषांतरकारांना उपयोगी पडतील म्हणून येथे देत आहे.

१. ज्या भाषेतून भाषांतर करावयाचे ती भाषा व ज्या भाषेत भाषांतर करावयाचे ती भाषा या दोन्ही भाषांवर भाषांतरकाराचे प्रभुत्व हवे. म्हणजे काय, तर या दोन्ही भाषांमधील व्याकरण व्यवस्थांचा अभ्यास पक्का हवा. एकच शब्द त्याच भाषेत निरनिराळ्या संदर्भात निरनिराळा अर्थ व्यक्त करत असतो. त्यामुळे संदर्भ बदलला आहे याचा अर्थ स्वत:च्या समजुतीपेक्षा निराळा अर्थ अभिप्रेत आहे हे भाषांतरकाराला समजलेच पाहिजे. निव्वळ शब्दांपेक्षा वाक्यरचना अनेकदा महत्त्वाची असते. कारण संहितेतील कार्यकारणभाव (अशामुळे असे, असे झाल्यास असे इत्यादी) व कालानुक्रम वाक्यरचनेत प्रतिबिंबित झालेला असतो.
२. भाषांतरकाराने चांगल्या एक्स्प्लनेटरी डिक्शनरी (जसा बेबस्टर सारखा एकभाषीय शब्दकोश), तसेच माहिती जालावर उपलब्ध असणाऱ्या सर्व कोशांचा व साधनांचा जरूर वापर करावा. तसा वापर सर्व भाषांतरकारांना, अगदी अनुभवी भाषांतरकारांनासुद्धा, करावाच लागतो.
३. भाषा ही समाजाशी, संस्कृतीशी अभिन्नपणे जोडलेली आहे. त्यामुळे भाषांतरकाराने सजग राहून ज्यांच्यासाठी भाषांतर करावयाचे आहे त्या समाजाच्या धार्मिक, राजकीय व सांस्कृतिक अंगांची वेळोवेळी माहिती घ्यावी. विविध स्थळांना भेटी द्याव्या. अगदी एखाद्या यंत्राविषयीची माहितीपत्रिका भाषांतरित करताना जर कारखान्याला भेट देऊन ते यंत्र कसं काम करतं ते पाहिलं तरी भाषांतरात खूप फरक पडतो.

४. भाषांतर करताना तीन गोष्टी लक्षात घेणे गरजेचे आहे. त्या म्हणजे, भाषांतर कशासाठी? (भाषांतराचा उद्देश काय?), भाषांतर कोणासाठी? (सामान्य वाचक, विषय तज्ञ, लहान मुले?) आणि भाषांतर प्रसारणाचे माध्यम कोणते? (वृत्तपत्रीय बातमी, छापील मजकूर, कॉम्प्युटर स्क्रीन, मोबाईल स्क्रीन?). असे केल्याने आपल्याला सर्वात समर्पक पर्याय निवडता येतो.

भाषेची आवड असणाऱ्यांना भाषांतर हा किफायतशीर आणि त्याचबरोबर पुष्कळ समाधान मिळवून देणारा पर्याय आहे हे निश्चित!

लेखन : अनघा भट बेहेरे
दूरभाष : ९८२२६११९६९

अनिरुद्ध पुराणिक – फूड फोटोग्राफी

भ्रमणध्वनी संचामध्ये कॅमेरा येऊन बसला आणि फोटोग्राफी ही कला आहे हे आपण जवळ जवळ विसरलो. पण आजच्या या झटपट, इंस्टंटच्या जमान्यात आजही फोटोग्राफीच्या विश्वात नवनवीन क्षेत्रे उदयाला येत आहेत आणि तरुणाई त्यामध्ये प्रावीण्य मिळवून, कला जोपासून आपले उपजीविकेचे साधन बनवित आहे. किंबहुना मळलेल्या वाटेवरचे शिक्षण जाणीवपूर्वक नाकारून कॅमेऱ्याशी दोस्ती करण्याचा धाडसी निर्णय घेऊन आज ते स्वतःची ओळख मोठ्या अभिमानाने 'फूड फोटोग्राफर' अशी करून देतात. अशाच एका मनस्वी खाद्य-छायाचित्रकाराची ही रंजक कहाणी.

श्री. अनिरुद्ध पुराणिक जन्मापासून पुणेकर. उच्चशिक्षित कुटुंबामध्ये त्यांचा जन्म झाला. साहजिकच मुलगा डॉक्टर, इंजिनियर नाही तर, किमान पदवीधर होऊन मार्गी लागेल हीच सर्वसामान्य अपेक्षा. परंतु अनिरुद्ध यांचा कल काहीतरी वेगळं करण्याकडे होता आणि त्यांनी सहाजिकच एक वेगळी वाट निवडली ती छायाचित्रकार बनण्याची.

दहावीची परीक्षा दिल्यावर फर्ग्युसन महाविद्यालयातून फोटोग्राफीचा कोर्स करण्याचा त्यांनी निर्णय घेतला. आणि हाच कोर्स त्यांच्या आयुष्यातील पथदर्शक क्षण ठरला. श्री अनिरुद्ध यांच्या वडिलांचे पहिल्यापासून ठाम मत होते की, येणारा काळ कौशल्यावर आधारित अर्थार्जनाचा असेल. आणि म्हणून कोणते तरी कौशल्य

संपादन करून त्यातून अर्थार्जन केलं पाहिजे. गंमत म्हणजे त्या वेळी 'स्कील इंडिया' या संकल्पनेचा कोणी साधा उच्चारही केला नव्हता.

आपल्या वडिलांच्या विचारांचा पगडा तर अनिरुद्ध यांच्या मनावर होताच आणि त्यातच त्यांची कॅमेऱ्याशी गट्टी जमली आणि मग सुरू झाला फूड फोटोग्राफर बनण्याचा रंजक प्रवास.

दहावी झाल्यावर वाणिज्य शाखेमधून बारावीपर्यंतचे शिक्षण झालं आणि मग पुढे काय हे प्रश्नचिन्ह उभे राहिले. सर्व सामान्य मुलांप्रमाणे आता पदवी घेणे अपेक्षित होतं. परंतु अनिरुद्ध यांना आता कॅमेरा खुणावत होता. त्यांना फोटोग्राफी मध्येच पुढं शिक्षण घ्यायचं होतं. प्रस्थापित कला शिक्षण देणाऱ्या संस्थांमध्ये फोटोग्राफी हे स्पेशलायझेशन अंतिम वर्षीच दिलं जातं. त्यामुळे अनिरुद्ध पूर्ण वेळ फोटोग्राफीचा अभ्यासक्रम कुठे मिळू शकेल याचा शोध घेऊ लागले. आणि त्यांचा शोध 'शारी अकादमी ऑफ प्रोफेशनल फोटोग्राफी'पाशी संपला. अनिरुद्ध यांनी 'शारी'मध्ये दोन वर्षांचा पदविका अभ्यासक्रम निवडला आणि त्यांचा छायाचित्रणाच्या रोमांचकारक रंगीबेरंगी दुनियेचा प्रवास सुरू झाला.

फोटोग्राफीमध्ये अनेक प्रकार असतात. त्यात सर्व सामान्यपणे माहीत असलेले प्रकार म्हणजे निसर्ग छायाचित्रण, वाईल्ड लाईफ, कमर्शिअल वगैरे. फूड फोटोग्राफी हे अलीकडे उदयास आलेले क्षेत्र. अनिरुद्ध यांच्या मते, पुढील काळ हा निश्चित फुड फोटोग्राफीचा आहे. पूर्वी फक्त उपहारगृहे, पंचतारांकित हॉटेलस् अथवा पाककलेवरील पुस्तके इथवरच मर्यादित असलेलं हे क्षेत्र आता अमर्याद वाढते आहे. आता खाद्यपदार्थ मोबाईलच्या माध्यमातून घरबसल्या मागवता येतात. ह्या पदार्थांची चव तर बघता येणे अशक्य आहे. पण त्यांच्या रंगरूपावरून तो पदार्थ कसा असेल याचा कयास ग्राहकाला सहज बांधता यावा म्हणून पदार्थांची उत्तम आणि खरी खुरी छायाचित्रे घेणं आवश्यक असतं. आणि मग गरज पडते ती निष्णात फोटोग्राफरची.

अनिरुद्ध यांचा 'शारी'मधील दोन वर्षांचा अभ्यासक्रम उत्तम रीतीने पार पडला. त्यांनी फूड फोटोग्राफीमध्ये प्रावीण्य मिळवून त्यातच करिअर करण्याचं निश्चित केलं होतं. आणि त्याच वर्षी त्यांना बेस्ट फूड फोटोग्राफर हे पारितोषिक देखील मिळालं. आता नवीन वाट चोखाळण्याची वेळ आली होती. फूड फोटोग्राफीचा व्यवसाय सुरू करून त्यात प्रस्थापित व्हायची स्वप्ने बघतच ते पुण्याला दाखल झाले. त्यांच्या शिक्षणानंतर 'मुंबई की पुणे?' हा प्रश्न जेव्हा उद्भवला तेव्हा त्यांच्या प्राध्यापकांनी आणि जाणकारांनी त्यांना पुण्यास जाण्याचा सल्ला दिला. मुंबई मध्ये खूप स्पर्धा असून त्या मानाने या क्षेत्रात उत्तम काम करणाऱ्या व्यक्ति पुण्यात कमी आहेत आणि म्हणून

पुणे हेच आपले कार्यक्षेत्र निवडावे हा विचार पक्का झाला. थोड्याच काळात त्यांनी 'सॉल्ट अँड पेपर स्टुडिओज्' या नावाने कंपनी स्थापन केली आणि मग शोध सुरू झाला हवे ते काम मिळविण्याचा.

सुरुवातीचे काही महिने तसे कठीण होते. हवं तसं काम मिळण्याची वाट बघावी की मिळेल ते काम घेऊन सुरुवात करावी, हा मोठा संभ्रम प्रत्येक कला व्यावसायिकासमोर उभा ठाकतोच. पण त्या वेळी संयम ठेवून जर आपल्याला हव्या त्या कामाची वाट बघितली तर पुढील मार्ग सुकर होतो. अनिरुद्ध यांनी फूड फोटोग्राफीचे काम मिळण्याची वाट बघण्याचे ठरवलं. त्यांच्या या निर्णयाला त्यांच्या पालकांचा संपूर्ण पाठींबा होता. जर उदरनिर्वाहासाठी काम मिळवण्याची निकड असेल तर तडजोड ही करावीच लागते. पण घरून कोणत्याही प्रकारचा दबाव नसल्यामुळे त्यांना आपल्या आवडीच्या क्षेत्रात योग्य संधी मिळण्याची वाट पाहणं शक्य झालं. आणि त्यांच्या मते, हा निर्णय पुढे योग्यच ठरला.

काही काळाच्या प्रतीक्षेनंतर त्यांना 'सुहाना' या प्रतिथयश ब्रँडचे काम मिळाले आणि मग त्यांच्या व्यवसायाची गाडी सुसाट पळू लागली. एकदा मोठ्या ब्रँडचे नाव तुमच्याशी जोडलं गेलं की आपोआपच बाजारातील पत उंचावण्यास मदत होते.

फोटोग्राफी हे कलात्मक तंत्रज्ञान आहे. कॅमेरा हा तंत्रज्ञानाचा विस्मयकारक आविष्कार खरा. पण हा आविष्कार सर्वसामान्यांच्या नजरेत भरण्यासाठी कॅमेऱ्यामागे कलासक्त डोळा असायला हवा. आणि जेंव्हा कलात्मक नजर आणि आधुनिक तंत्रज्ञान यांचा योग्य मेळ साधला जातो तेंव्हाच उत्तम कलेचा अविष्कार होतो. चांगला फूड फोटोग्राफर बनण्यासाठी सगळ्यात महत्त्वाची गोष्ट म्हणजे खाद्य संस्कृतीचा सखोल अभ्यास. एखाद्या पदार्थाची जन्मभूमी कोणती, हा पदार्थ कोणत्या वेळी खाल्ला जातो, त्याचे आहारातील महत्त्व काय, या सारख्या अनेक पैलूंचा विचार करूनच मग त्या खाद्यपदार्थाची सजावट कशी करायची हे ठरवलं जातं.

अनिरुद्ध यांच्या मते, फूड फोटोग्राफीसाठी प्रकाशाचे ज्ञान, सूक्ष्म दृष्टी, रंगसंगतीचे ज्ञान हे महत्त्वाचे गुण आहेतच. पण त्याचबरोबर खाद्य संस्कृतीचे सखोल ज्ञान असणे अत्यावश्यक आहे. खाद्यपदार्थाचा पोत, त्याचे आहारातील स्थान आणि महत्त्व, तसेच हा पदार्थ जगाच्या कोणत्या प्रदेशातील आहे याचे ज्ञान, तसेच पदार्थाचे सांस्कृतिक महत्त्व याकडे फोटोग्राफरने विशेष लक्ष देणं आवश्यक असतं. या सर्वांचा सखोल अभ्यास करून मगच फोटो शूट केला पाहिजे. अशा चित्रीकरणामध्ये नायक असतो तो खाद्यपदार्थ! त्यामुळे त्याला योग्यप्रकारे सजवून, त्यातील घटक आणि तो कशा बरोबर खायचा असतो किंवा कसा खाल्ला जातो याचा सर्वांगीण विचार करूनच

सर्व नियोजन करावं लागतं. तसेच रंग संगती साधताना आपल्या नायकाचा, म्हणजे पदार्थाचा रंग, रूप, पोत, आकार याचा विचार करून मगच योग्य ती भांडी वापरणे, रंग संगती साधणे, प्रकाश योजना करणे असे निर्णय घ्यावे लागतात.

सुहानाच्या कामानंतर मग मदर्स रेसिपी, चितळे बंधू, स्वीगी या सारखे अनेक प्रथितयश ब्रँड अनिरुद्ध यांना हाताळण्याची संधी मिळाली. आजवर त्यांनी स्वीगीसाठी अडीच हजारांहून अधिक उपहारगृहांसाठी फोटोग्राफी केली आहे.

अशा युवा कलाउद्योजक अनिरुद्ध यांची आता स्वतःची टीम आहे. त्यात सहाय्यकांबरोबर फूड स्टायलीस्टचा देखील अंतर्भाव असतो. त्यांचा भर नवकलाकारांना संधी देण्याकडे असतो. तसेच त्यांच्याकडे काम करणाऱ्या साहाय्यकांना स्वतःच्या विचाराने काम करण्याची पूर्ण मुभा असते. अनिरुद्ध यांची युवा टीम तरुणाईची स्पंदने ओळखते. त्यामुळे त्यांना नवीन युवा पिढीच्या आवडीनिवडी सहज ओळखता येतात आणि मग त्यांच्या दृष्टिकोनातून चित्रीकरण केल्यावर अगदी पारंपारिक पदार्थांनादेखील आधुनिकतेची झळाळी येते.

फूड फोटोग्राफर हा एखाद्या ब्रँडच्या भवितव्याचा शिल्पकार असतो. ग्राहकांना आकर्षित करण्याची अत्यंत महत्त्वाची कामगिरी फूड फोटोग्राफरवर सोपवलेली असते.

आपल्या कलासक्त मनाला तंत्रज्ञानाची जोड देऊन नवीन अविष्कार घडवणारा हा कलात्मक तंत्रज्ञ रोज नवनवीन स्वप्ने पाहतो आणि ती स्वप्ने आपल्या कष्टातून स्क्रीनवर उतरवतो. थोडक्यात काय? कला आणि तंत्रज्ञानाचा सुरेख मिलाप झाल्यावर अर्थार्जन हे आपसूक होते. किंबहुना ते होतं; करावं लागत नाही हेच खरं.

शब्दांकन : डॉ. अश्विनी सोवनी

अपूर्वा वाघ – नृत्य

वडिलांची बदली आणि आणि नंतर विवाह, यामुळे कुठे कुठे पांगलेल्या आम्ही शाळकरी मैत्रिणी खूप वर्षांनी प्रत्यक्ष भेटत होतो. खूप खूष होतो. कारण दरम्यानच्या काळात जी ती आपापल्या संसारात रमल्याने आमच्या संबंधात थोडासा दुरावा आला होता. त्यात दोघीजणी अमेरिकेत स्थायिक झालेल्या. त्यांना आम्हा भारतातील मैत्रिणींचे अपडेट्स जाणून घ्यायची उत्सुकता होती. साहजिकच गप्पांचा ओघ कोण काय करते, कुठे असते याकडे वळला. मी पूर्णवेळ गृहिणी आहे असं अभिमानाने सांगणाऱ्या सुशी(ला)चा अपवाद सोडला तर आम्ही बाकी साऱ्या संसार आणि नोकरी अशी तारेवरची कसरत करत होतो. डॉक्टर, प्राध्यापक, चार्टर्ड अकौंटंट, वकील, बँकेत मॅनेजर अशा विविध क्षेत्रात काम करीत होतो.

अमेरिकेत स्थिरावलेली मॅडी (मंदाकिनी) मायक्रोसॉफ्ट कंपनीत मोठ्या पदावर काम करीत होती. मी नृत्य शिक्षिका म्हणून नोकरी करत असल्याचे तिला सांगितले तेंव्हा ती अचंबित झाली. तिने प्रश्नांची सरबत्तीच सुरू केली. ''अप्पू, तू नृत्य शिक्षिका आहेस यावर माझा विश्वासच बसत नाहीय. तू शाळेत दरवर्षी गॅदरिंगमध्ये 'मधुबनमे राधिका नाचे रे' किंवा अशाच गाण्यांवर नाच करायचीस हे आठवतंय मला. पण म्हणून नृत्य शिक्षिका? तीही आयटीतली लठ्ठ पगाराची नोकरी सोडून? तेव्हडी कमाई आता नक्कीच होत नसणार. मग कशासाठी ही नोकरी पत्करलीस? आणि अप्पू, नृत्य शिक्षिका होण्यासाठी शिक्षण तरी कधी घेतलंस? या नोकरीत

समाधानी आहेस का? मी सांगते ऐक. असा ट्रॅक बदलू नकोस. हवं तर माझ्याकडे ये. तिकडे आयटीत चांगली नोकरी मिळवून सेटल हो.''

मॅडीच्या प्रश्नांनी माझ्या डोक्यात विचारचक्र सुरू झालं.

कधी बरं नाचाची ही आवड माझ्यात रुजली? अगदी लहानपणी रेडिओवर किंवा कॅसेटवर गाणं लागलं की त्या तालावर मी नाचू लागायची. घरी येणाऱ्या पाहुण्यांनी माझ्या नाचाचे कौतुक करून कॅडबरी किंवा बिस्किटाचा पुडा दिला की मी जाम खूष असायची. बहुदा यामुळेच आई बाबांनी एका नृत्यवर्गात माझे नाव घातले असावे. तिथे भरतनाट्यम् शिकविले जायचे. दुसरीत शिकणारी अवघी सात वर्षांची पोर होते मी. संगीताच्या ठेक्यावर जमतील तशी पाऊले टाकायची एव्हडेच मी करत होते. त्यामुळे याला भरतनाट्यम् म्हणतात हे मला नंतर कळले. आई बाबांपैकी कोणीच नृत्य शिकले नव्हते. मग त्यांनी माझ्यासाठी भरतनाट्यम् का निवडले? कदाचित् त्या क्लासची जागा आमच्या घराजवळ, त्यांच्या येण्याजाण्याच्या रस्त्यावर होती आणि मला तिथे सोडणे व घेऊन येणे त्यांना सोयीचे होते म्हणून असेल! शालेय जीवनात सुरू झालेले ते शिक्षण पूर्णत्वास गेले ते मात्र माझ्या विवाहानंतर.

शाळा, कॉलेज, नोकरी, विवाह या मळलेल्या वाटेवरून प्रवास करताना माझी नृत्यसाधना (!) कधी मागे पडली ते कळलेच नाही. आयटीतली नोकरी म्हणजे सतत लक्ष्य पूर्ण करण्याचे टेन्शन. पगार चांगला होता; पण या टेन्शनमुळे नोकरीत मन रमत नव्हते. यातून मार्ग कसा काढायचा?

आणि मला शाळेतला डान्स क्लास खुणवायला लागला. मी पुन्हा नृत्य शिकू लागले. नोकरीतल्या टार्गेट्सना मी टेन्शन न घेता सामोरी जाऊ लागले. माझ्या या निर्णयाला नवऱ्याची, सासरच्यांची भक्कम साथ होती. नुसती साथच नव्हे तर नृत्य विशारद करण्यासाठी त्यांनी मला उत्तेजन दिले. रियाजाला वेळ मिळावा म्हणून मला घरच्या कामातून मोकळीक दिली. त्यांच्या प्रोत्साहनाने मी नृत्य साधनेत रमून गेले. मी शिकावे ही आईबाबांची इच्छा मी पुरी करत असल्याने त्यांनीही मला पाठबळ दिले. शेवटी नृत्य विशारद होण्यासाठी मी नोकरीवर पाणी सोडले.

विशारद झाल्यावर माझ्या नृत्यात परिपूर्णता आणण्यासाठी मी इतरांचे अरंगेत्रम् व इतर नृत्यांचे कार्यक्रम पाहू लागले. काही कार्यशाळांमध्ये भाग घेतला. त्यामुळे नृत्यकलेची गोडी अधिकच वाढली. नोकरी सोडल्यामुळे मी घरासाठी आर्थिक हातभार लावू शकत नव्हते याची खंत मनात होतीच. पुन्हा आयटीत नोकरी मिळू शकली असती. पण मी नृत्यातच करिअर करायचे ठरविले. कारण आवडीचे काम करून मला अधिक आनंद मिळेल याची मला खात्री होती.

सुदैवाने एक संधी चालून आली. विशारद झाल्यावर माझ्या गुरूंनी मला त्यांच्याच क्लासमध्ये शिकवायची संधी दिली. त्यामुळे त्यांच्याच मार्गदर्शनाखाली आधी विद्यार्थी व आता शिक्षिका म्हणून मी घडणार होते. गुरूकडून मिळालेले ज्ञान विद्यार्थ्यांपर्यंत योग्य प्रकारे पोहोचवायचे म्हणजे मलाही गुरू शिकवत असताना निरीक्षण, उजळणी करायला हवी होती. चांगली शिक्षिका होण्यासाठी माझ्यातला विद्यार्थी सदैव दक्ष, उत्सुक आणि नम्र ठेवायला हवा होता. हे केल्याने माझी शिकण्यातली आणि शिकविण्यातली गोडी वाढतच गेली.

काम करायचा आनंद मिळत असला तरी घर खर्चाचा वाटा उचलण्यात मी कमी पडत होते. अशा वेळी क्लासमध्ये शिकवत असल्याचा अनुभव कामी आला. मला एका शाळेत भरतनाट्यम् शिक्षिका म्हणून नोकरी मिळाली. माझे औपचारिक पदवी शिक्षण बाजूला ठेवून माझ्या आवडीच्या नृत्यकलेला अर्थार्जनाचे साधन बनविता आल्याने मी खूप खूप आनंदले. माझ्या या निर्णयाला वेडेपणा म्हणून हिणविणारे काही जण होतेच. जवळच्या नातेवाईकांना माझ्या या निर्णयामुळे धक्का बसला. मॅडीसारख्या माझ्या मित्रमैत्रिणींनी काळजीपोटी माझ्या निर्णयाचा पुनर्विचार करण्याचा सल्ला दिला. त्यांची काळजी मला समजत होती आणि त्यांच्या दृष्टीने ती योग्यही होती. कारण आयटीत मिळणारे पॅकेज आणि येथे मिळणारे वेतन यात खूप तफावत होती. पण मी माझ्या निर्णयावर ठाम राहिले ते माझा नवरा, सासूसासरे, आईबाबा यांनी दिलेल्या खंबीर पाठिंब्यामुळेच! या बाबतीत मी स्वत:ला खूप भाग्यवान समजते. हे सारे घडू शकले माझ्या गुरूंच्या अमोल मार्गदर्शनामुळे आणि त्यांनी माझ्यावर टाकलेल्या विश्वासामुळे. आनंदी राहायला आणखी काय हवे असते?

अर्थार्जनासाठी पूर्ण वेळ शिक्षिका होण्याचा निर्णय घेणे माझ्यासाठी सोपे नव्हते. मनात धाकधूक होती की मुलांना नृत्य शिकवायला मला जमेल का? शाळा आणि क्लास अशा दोन ठिकाणची धावपळ मी करू शकेन का? त्यातच तास न् तास न दमता, न थकता नाचण्यासाठी आवश्यक असलेला स्टॅमिना आणि पदन्यास आणि मुद्राभिनयातील ग्रेस यात मी कमी पडत होते. या काही नकारात्मक बाबींमुळे, नाही म्हटले तरी मनात घालमेल होती. पण घरच्या संस्कारांमुळे आणि कुटुंबियांच्या कृतिशील पाठिंब्यामुळे मी माझ्या अर्थार्जनासाठी वेगळी वाट चोखाळण्याच्या निर्णयावर ठाम राहू शकले.

माझ्या आवडीच्या क्षेत्रात मी आता बऱ्यापैकी स्थिरावले आहे. गुरूंकडून मिळालेले ज्ञान विद्यार्थ्यांना देण्याचा मनापासून प्रयत्न करते आहे. त्यासाठी मी माझा रियाझ सुरू ठेवला आहे. नवनवीन गोष्टी शिकते आहे आणि शिकवते आहे.

रंगमंचावर माझे विद्यार्थी आत्मविश्वासाने आपली कला सादर करताना पाहून समाधानाने, आनंदाने डोलते आहे. आयटीतील पगारा एव्हडी आर्थिक कमाई अर्थातच् नाही. पण मला त्याबद्दल जरासुद्धा खेद वा खंत वाटत नाही. कारण आयटीतील काम म्हणजे दिलेल्या प्रोग्रॅमप्रमाणे पाट्या टाकणे असते. पण नृत्य शिकविताना एखादा पदन्यास जमला नाही की मुलांचे हिरमुसणे, आणि त्यांना समजावून, स्वत: करून दाखविल्यावर, त्यांच्याकडून सराव करून घेतल्यावर त्यांना तो पदन्यास डौलदारपणे करता आला की त्यांच्या चेहऱ्यावर दिसणारा आनंद हा मला आयटीतील लठ्ठ पगारापेक्षा जास्त महत्त्वाचा वाटतो. विविध गाण्यांवर भरतनाट्यम् शैलीचे कलम करून विद्यार्थ्यांना शिकविताना आणि त्यांनी ते आत्मसात करून सदर केल्यावर होणाऱ्या आनंदाची तुलना कशाशी होऊ शकेल का?

या वेगळ्या वाटेवरच्या प्रवासात मी अनेकांशी जोडली गेली आहे. माझे गुरू, विद्यार्थी, सहकारी, निरनिराळ्या क्षेत्रातील कलाकार आणि कलंदर माणसांनी मला जीवन आनंदाने जगण्याची उमेद दिली आहे. पैसा म्हणजे सर्व काही नव्हे हे मला उमगले आहे.

आपल्या कलेला, मग ती नृत्य, गायन, वादन, चित्रकला, अभिनय कोणतीही असो, व्यवसाय म्हणून स्वीकारण्याचा कोणी विचार करत असतील तर त्यांना मी एव्हडेच सांगेन की गरज आणि चैन यातील सीमारेषा ओळखून विचारपूर्वक निर्णय घ्या. आणि एकदा निर्णय घेतला की तो अमलात आणण्यासाठी आपल्या क्षेत्रात सर्वोत्तम बनण्याचा प्रयत्न करा, स्वत:ला त्यात झोकून द्या. काळजी करू नका. यश पुढच्या वळणावर तुमची वाट पाहत असेल.

शब्दांकन : डॉ. शरदचंद्र महादेव रानडे

आदित्य इंगळे – सिने–नाट्य दिग्दर्शन

आदित्य, म्हणजे आदित्य इंगळेचा मला मन:पूर्वक हेवा वाटतो.

हेवा हा शब्द वापरताना माझ्या मनात निव्वळ हेवा हीच भावना आहे. त्यात दुस्वास, मत्सर अशा इतर छटा नाहीत. अतिशय विशुद्ध हेवा.

काय कारण असावं या हेव्याचं?

आमची वयं साधारण सारखी आहेत. पन्नाशीच्या इकडे तिकडे पाच सात वर्षं. तो अलीकडे, मी पलीकडे. तो प्रतिष्ठित सिनेमा आणि नाटक दिग्दर्शक आहे. मी क्वचित आणि किंचित लेखक. या परस्पर पूरक गोष्टी असल्यामुळे मनोरंजनाच्या क्षेत्रात आम्ही एकत्र काम करतो. कधी यश अनुभवतो. बहुतेक वेळा अपयश सामोरं येतं. दोघांतही आम्ही एकमेकांच्या सोबत असतो.

मात्र त्यापलीकडे जाऊन आमची दाट मैत्री आहे. आदित्य हा माझा जिवलग सुहृद आहे. आम्हाला एकमेकांच्या चांगल्या वाईट, काळ्या पांढऱ्या सगळ्याच गोष्टींची सखोल माहिती असते. त्याबाबतीत कुठल्याही निष्कर्षाच्या अंतिम शिक्क्याशिवाय मान्यताही दिली गेलीली नसते. कोणत्याच बाबतीत आमची किंचितही स्पर्धा नाही.

तरी हेवा?

त्यातही थोडी मेख अशी आहे की, एखाद्या गोष्टीबाबत विशिष्ट गुणांच्या अनुषंगाने हेवा वाटला आणि संपलं असं हे प्रकरण नाही. हेवा वाटला होता ही

भूतकालीन भानगड नसून हेवा वाटतो आहे अशी ही वर्तमानकालीन गोष्ट आहे. त्यामागच्या कारणांचा जरा खोलात शिरून अदमास घ्यायला हवा. त्यासाठी काळाची मागची रिळं काढून पुन्हा पाहायला हवीत.

आपण जे काही ऐकतो किंवा वाचतो त्यातून, कित्येक मोठ्या लोकांच्या कित्येक खोट्या मुलाखती आपल्यापर्यंत पोहोचलेल्या असतात. त्यातून मी नट म्हणूनच कसा जन्माला आलो, दिग्दर्शन म्हणून माझी पाळण्यातच जडण घडण व्हायला सुरुवात झाली, किंवा लेखन केले नाही तर माझ्या आत्म्याची कशी तडफड होते असली बालिश विधानं पेरलेली असतात. सोबत लहान वयातल्या त्या विशिष्ट गुणवैशिष्ट्याला ठळक करतील अशा चार दोन कथाही उद्धृत केलेल्या असतात. ज्यायोगे आपल्यावर त्या त्या माणसाचे ते ते गुणवैशिष्ट्य नेमकेपणानं ठसावं. तसं आदित्य बाबत बोलता येणं अशक्य आहे.

कॉलेजला जाईपर्यंत त्याचा कला क्षेत्राशी काहीही संबंध नव्हता. कला घरात असतानाही त्याचे मूळ लक्ष होतं खेळावर, बास्केट बॉलवर. इथे बाजूला जाऊन माहिती दिली पाहिजे. आदित्यचा थोरला भाऊ आनंद इंगळे, आजचा प्रख्यात नट. मनोहर इंगळे हे आदित्यचे वडील. ते इचलकरंजीच्या दरबारात राजगायक असलेल्या इंगळेबुवांचे चिरंजीव. स्वत: नट, उत्कृष्ट व्हॉयोलीन वादक. सोबत संगीताचे समजूतदार जाणकार.

अशी सगळी पार्श्वभूमी असताना आदित्य रमला तो बास्केट बॉलच्या कोर्टावर. त्यात युनिव्हर्सिटी लेव्हलपर्यंत पोहोचावं इतकं प्रावीण्यही मिळविलं. कला आणि खेळ ही दोन भिन्न दिशांकडे बघणारी क्षेत्रं एकमेकांना कशी भेटती झाली? हा प्रश्न सिनेमात उभा राहिला असता तर उत्तर असतं – योगायोगानं! आणि ते आदित्यच्या बाबतीत अगदी खरं आहे. शारीरिक अपघातानं तो या बाजूला वळला.

झालं असं. बास्केट बॉल खेळताना त्याचा पाय मोडला. खेळ काही दिवसांसाठी बंद पडला. वेळ घालवावा कसा हा प्रश्न समोर उभा ठाकला. मित्र मंडळी नाटक बसवतायत तर तिथे जाऊ, बरा वेळ जाईल, इतक्या माफक अपेक्षेने नाटक बसविणं जिथं चाललं होतं त्या तालमीच्या हॉलवर आदित्य दाखल झाला. वातावरण नवं होतं, पण माणसं परिचित. नट, दिग्दर्शक सगळेच जवळचे मित्र. साहजिकच रुळायला फार वेळ लागला नाही. एक दिवशी सहज बोलताना त्याने दिग्दर्शकाला समोर चाललेल्या प्रसंगाविषयी काहीतरी विचारले. दिग्दर्शक थबकला. त्याने तालीम थांबविली. आदित्यला कळेना काय झालं.

''माझं काही चुकलं का?'' त्याने साहजिक विचारलं.

''तू म्हणतोयस ते महत्त्वाचे आहे. आपल्याला त्या दिशेने विचार केला पाहिजे.'' गंभीर चेहेऱ्यानं दिग्दर्शक म्हणाला. तालमीत त्यानं आदित्यची सूचना अंतर्भूत केली. पुढे प्रयोगाला यश मिळालं. आपण केलेल्या सूचनेचा असा परिणाम होतो याचा आदित्यला आलेला हा पहिला अनुभव.

प्राणिजगतात म्हटलं जातं की एकदा रक्ताची चव चाखली की नंतर, ते मिळेल कुठे याचा मागोवा घेतला जातो. पावलं आपसूक त्या दिशेला वळतात. नाटकाच्या बाबतीत हे जसंच्या तसं खरं आहे.

या प्रसंगानंतर साहजिकच आदित्यच्या जगण्याच्या गाडीनं रस्ता बदलला. बास्केट बॉलचं कोर्ट आठवणींच्या खोक्यात गेलं. नव्या क्षेत्रात उमेदवारी सुरू झाली. माणसं भेटली. पावलं पुढे पडू लागली. हळूहळू प्रावीण्य लाभलं. एक क्षण असा आला ज्यावेळी, आता आपल्याला याच क्षेत्रात काम करायचं आहे,आपलं जे काही व्हायचं ते इथेच असा निर्णय झाला. किंवा त्याने घेतला असे म्हणू. इतर सगळे दोर कापून टाकले गेले.

घरातली पार्श्वभूमी बघता तिकडून विरोध होण्याचा धोका नव्हताच. इतरांना ज्या दिव्यातून जावं लागतं, कटू प्रसंगांना तोंड द्यावं लागतं ते त्याला काही करावं लागलं नाही हा सुदैवाचा भाग. मिळाला तो भक्कम पाठिंबा.

''बाबारे, तुला आवडतंय त्यामागे तू नक्की जा. काही लागलं, काही झालं तर आम्ही तुझ्याबरोबर आहोतच.'' यासोबत वडिलांचा एक मोलाचा सल्लाही त्याच्या ओंजळीत आला. ''तू ज्या क्षेत्रात जायचं म्हणतोयस त्या क्षेत्रात जीवघेणी स्पर्धा तर आहेच, पण सोबत गुदमवणारी अनिश्चितताही आहे. पैशासाठी कराव्या लागणाऱ्या तडजोडी आहेत. छंद म्हणून कला पाळणं आणि उदरनिर्वाहाचा व्यवसाय म्हणून कलेकडं पाहणं या दोन भिन्न गोष्टी आहेत हे लक्षात असू दे.''

आदित्यसाठी हे नवं नव्हतं. त्याचे डोळे उघडे होते. तो आसपास बघत होता. जाणत होता. सगळ्या गोष्टी स्वीकारून, समजून उमजून तो कला क्षेत्रातला माणूस झाला.

साक्षात्कार सारखे शब्द ऐकायला, वाचायला वजनदार असतात. पण अनुभवाला पोकळ. त्यांची वर्णनं रंगतदार वठतात. पण त्यामागच्या तरलतेला, उत्कट संवेदनशीलतेने त्या क्षणास सामोरं जाण्यास योग्य तो मान मिळत नाही. आपल्या सगळ्यांच्या वाट्याला तेच आणि तसेच अनुभव येतात. पण त्याबद्दल मनात उमटणाऱ्या प्रतिक्रियेला मोकळा प्रतिसाद द्यावा हे एखाद्याकडूनच घडतं. तो एखादा आदित्य असतो. कळत नकळत का होईना त्याच्याकडून हे झालं ही फार अप्रूप वाटावं अशी भानगड आहे.

आता हेवा वाटावा अशीच ही गोष्ट नाहीये का?

'फायनल ड्राफ्ट' सारखं मुक्ता बर्वेचं सुरुवातीच्या काळातलं नाटक करताना आदित्य त्याचा मोठा भाग होता. 'सोयरे सकळ', 'आम्ही आणि आमचे बाप' हे रंगमंचीय अविष्कार त्यानेच दिग्दर्शित केले. 'कवी जातो तेंव्हा...', 'प्रिय भाई, एक कविता हवी आहे' या प्रकल्पांचा आदित्य अविभाज्य हिस्सा आहे. पण हे सारं करताना त्याचं गाभ्यातलं प्रेम होतं आणि आहे ते सिनेमावर! पाऊलवाट, आंधळी कोशिंबिर या त्याने दिग्दर्शित केलेल्या सिनेमांवर बोलताना अजूनही त्याचा स्वर ओला होतो. त्यातील भल्या बुऱ्या गोष्टींनी तो आजही सुखावतो, खंतावतो. 'सुखान्त' सिनेमाच्या शूटींगच्या गोष्टी सांगताना आजही त्याच्याकडून एकही तपशील वगळला जात नाही. सध्या येऊ घातलेल्या, त्याने दिग्दर्शित केलेल्या 'अलिबाबा आणि चाळीशीतील चोर' या सिनेमाबद्दल तो किती अपार कष्ट घेतो आहे हे मी बघतोच आहे.

माडगूळकरांच्या कथेचं शीर्षक आदित्यचं नेमकं वर्णन करत असं मला वाटतं– 'सिनेमातला माणूस'. सामान्यपणे एकच एक काम करणारा माणूस त्याबाबत बनचुका होतो असं नेहमी दिसतं. त्याच्यासाठी ती गोष्ट यांत्रिक होते. मन, बुद्धि फार न गुंतविता त्याला ते जमू लागतं. यशही लाभत. पण या प्रक्रियेत हे लक्षात येत नाही की असं करताना पहिला बळी गेलेला आहे तो असोशीचा! कृतक असोशी मुलाखती मढवायला सोयीची होते. प्रत्यक्षात मात्र त्रयस्थ तटस्थतेनं काम उरकलं जातं. आदित्यचंही असंच झालेलं आहे असा आरोप करण्यात मला आजवर यश आलेलं नाही. सिनेमासारख्या, ज्याला बेभरवशाचं क्षेत्र मानलं जातं, त्याबद्दलची आदित्यची ही असोशी मला विशेष लोभस वाटते.

आजही कुठल्या नवीन प्रोजेक्टची चर्चा सुरू झाली की आमच्या चर्चांमधनं पहिल्यांदा जाणवते ती एकच गोष्ट. आदित्यसाठी ही नवी आहे. गेल्या मॅचमध्ये काय झालं आणि मी किती बास्केट केले या स्मरणरंजनाला किंचितही स्थान नाही. या मॅचला मला कसं सामोरं जायचं आहे आणि मी माझे शंभर टक्के कसे देणार हा एकच विचार. खेळायचं ते जिंकण्याकरता. त्यासाठी करावं लागेल ते सगळं द्यायचं; वेळ, पैसा, कष्ट जे काही लागेल ते.

उदाहरणादाखल एक किस्सा.

'पेशवाई' सीरीयल सुरू होती. संजय सूरकर दिग्दर्शक. आदित्य असिस्टंट. सूरकर एकावेळी खूप काम करणारा. साहजिकच शूटिंग, एडिटिंग पासून ते एपिसोड पोहोचाविण्यापर्यंत सारी जबाबदारी आदित्यची. बरं, शूटिंग इथं झालं. एडिटिंगचं

काम जवळचं होणार आहे असा मामला नाही. शूटिंग इथे तर बाळंतपण मद्रासमध्ये. प्रियदर्शनच्या स्टुडिओमध्ये. मग आदित्यनं काय केलं? रात्री शूटिंग. सकाळची मद्रास फ्लाईट घ्यायची. दिवसभर तिथे मुक्काम. सगळ उरकून संध्याकाळच्या फ्लाईटने परत. पुन्हा रात्री शूटिंगची शिफ्ट. दुसऱ्या दिवशी पुन्हा तेच. हे एकदा केलं अशातला भाग नाही. काही आठवडे हेच रुटीन. वर तक्रार शून्य. "फार मजा यायची तेंव्हा. मद्रास मधली पहिली कॉफी! .. क्या बात है?" ही प्रतिक्रिया.

कोणताही सांघिक खेळ खेळलेल्या माणसाच्या रक्तात त्या ग्राउंडवरून झिरपलेले काही गुण वाहतेच राहतात. कुठल्याही क्षेत्रात गेलात तरी ते आपली पदचिन्हे उमटवितातच. कमालीची तन्मयता, जे काही करतो आहे त्यासाठी, एकमेकांकरिता जीव पाखडण्याची तयारी आणि यशापयात कोणतंही कारण पुढे न करता सोबत राहण्याची हिम्मत. मोह पडावा असेच गुण आहेत हे. आपल्याकडे हे आहेत का याचा मी नेहमी विचार करतो. ज्याचं 'हो' असं निःसंदिग्ध उत्तर उमटत नाही.

अशा गुणांचा हेवा करू नये तर काय करावं?

मनोरंजनाचं क्षेत्र जितकं बेभरवशाचं आहे तितकंच ते वेगवेगळ्या प्रकारचे अपमान पदरात पडण्याचंही क्षेत्र आहे असं मला वाटतं. या क्षेत्रात आलेल्या कोणत्याही नवागताला विचारा. तरल सूक्ष्म अपमानापासून ते थेट हिणवलं जाणं यातल्या कुठल्याही पायरीवरच्या किमान पन्नास कथा तरी प्रत्येकाकडे असतातच.

मानहानीकारक अपमान निराशेला जन्म देतो. निराशा कृतिशून्यतेकडे प्रवास करते. कृतिशून्यता ही त्या क्षेत्रातून बाहेर फेकले जाण्याचा पाया रचते. अंततः साचून राहिलेला कडवटपणा हे प्रारब्ध होतं.

आदित्यच्या वाट्याला हे आलं नाही का? त्याची सगळी वाट गुलाबांनी सजली होती का? याचं प्रांजळ उत्तर 'नाही, त्याच्याही वाट्याला हे सगळ आलं' असं आहे. निर्मात्यांनी शब्द मोडले, नटांनी कसोटी बघितली. कित्येकांनी फसवणूक केली. तरीही तो मागे सरला नाही. वेगळी कुठली वाट निवडावी, असं त्याच्या मनात आलं नाही.

एक दिवस बोलताना मी त्याला याबद्दल छेडलं. त्यावर त्याची प्रतिक्रिया नोंदविण्याजोगी आहे. 'असल्या गोष्टी वैयक्तिकरित्या स्वतःला लावून घ्यायच्या नाहीत याची मी सवय करून घेतली आहे'.

"काडीचीही अक्कल नसलेली लोक जेंव्हा तुला सूचना करतात. हे असं बदल. सध्या बाजारात हेच चालत म्हणून तसं कर... तेंव्हा?" मी प्रश्न विचारला.

यावर त्याचं उत्तर. "प्रोसेसचा भाग म्हणून मी ते घेतो. ही असली डिस्कशन्स

पुढे जायला लागतात तेंव्हा मी प्रामाणिकपणे सांगतो, ‘‘आपण एकत्र काम करावं अशी माझी मनापासून इच्छा आहे. तुमची तयारी नसेल तर तो तुमचा अधिकार आहे. मला मान्यच आहे. मात्र तुम्ही नाही म्हणालात तरी मी ही गोष्ट करणारच आहे. आलात तर तुमच्यासह, नाहीतर तुमच्याशिवाय. यात पर्सनल काही नाही.’’

‘‘अपमान नाही वाटत याला सामोरं जाताना?’’ मी.

‘‘नाही. माझ्या मते आपला आवर्जून अपमान करावा असा समोरच्याच प्रयत्न नसतो. स्वतःच्या स्वार्थाचं रक्षण करण्याच्या भानगडीत अनावधानानं अपमान होतात. इतक्या दिवसात मी एक गोष्ट शिकलो आहे. व्हायचाच असला अपमान तर तो माझ्याकडून होईल. इतर कुणालाही तो अधिकार नाही.’’ इति आदित्य.

कदाचित या वृत्तीमुळे त्याला निराशा आली तरी ती तात्पुरती असते. थोड्या काळापुरता तिचा रहिवास असतो. त्याच्या मनाची जखम चिघळत नाही. तीत पू होत नाही. चटकन खपली धरते. म्हणायला सोपी असली तरी साधायला अवघड असणारी ही गोष्ट आहे. वेगळ्या प्रकारची साधनाच. त्याचं आकर्षण वाटतं. मात्र ती स्वतःच्या मनात रुजवायला वेगळे कष्ट पडतात.

त्यामुळेच आदित्य कदाचित म्हणत असावा, ‘‘या क्षेत्रात येणाऱ्या सगळ्यांनीच एकाच गोष्टीची तयारी ठेवायला हवी. जे करावयाचं आहे त्याविषयी कन्व्हिक्शन. ते असलं तर इतर गोष्टी सुकर होतात. पैसा, प्रसिद्धि ही तशी बायप्रॉडक्टस् असतात. यायची तेंव्हा येतातच ती. तसंही पैशाच्या मागे लागून कुणाला मिळालाय पैसा? कन्व्हिक्शन गाभा आहे. बाकी सगळं सेकंडरी.’’

कन्व्हिक्शन हा गुण सामोरच्यात बघताना गोजिरवाणा भासतो. पण पेलायला महा अवघड असतो. अर्थात, हे कुणी कुणाला पटवून द्यायची काय गरज आहे? रोकडा अनुभव असतोच की प्रत्येकाकडे!

हेही पुन्हा हेव्याच्या भांडाराकडे घेऊन जाणारंच नाही का? असो मारुतीच्या शेपटाप्रमाणे ही यादी लांबतच जाणारी आहे. तिला अंत नाही.

तर असा हा माझा मित्र. त्याच्याबद्दल माझ्या मनात एकच भावना आहे.

‘बाबारे, एकच कर. असाच रहा. माझ्या मनात तुझ्याबद्दलच्या वाटणाऱ्या हेव्यात सतत वाढ होऊ देत. कारण माझा हेवा शल्य किवा सल यांच्या जातकुळीच गाणं गात नाही. तो निखळ आनंद आणि समाधानाचा प्रत्यय देत राहतो.’

लेखन : डॉ. समीर कुलकर्णी

आनंद इंगळे – अभिनय

अलीकडच्या काही वर्षांत बोर्डाच्या परीक्षांमधील काही मुलांचे गुण ऐकून थक्क व्हायला होतं. पुढच्या शिक्षणासाठी अ‍ॅडमिशन घ्यायची असेल तर मुलांना नव्वद टक्क्यांहून अधिक गुण लागतात. त्यातून मेडिकल, इंजिनिअरिंग अशा शाखा निवडायच्या असतील तर मग विचारायलाच नको. पण मग त्याहून थोडे कमी गुण (म्हणजे सत्तर ऐंशी टक्के) असलेली मुलं काय करतात? असा प्रश्न नेहमी मनात येतो. त्यांची इच्छा बाजूला ठेवत, मिळेल त्या शाखेचं शिक्षण घेत, मिळेल ती नोकरी-व्यवसाय करणं इतकाच पर्याय त्यांच्याकडे उरतो का? थोडक्यात पुढचं सारं करिअर आवड, इच्छा नसलेल्या क्षेत्रात करण्याची वेळ त्यांच्यावर येते का? असा प्रश्न पडतो. पण खरंतर तसं होण्याची गरज नाही. त्यापैकी ज्या मुलांना अभिनयाची आवड असेल, अभिनय येत असेल, तर त्यांनी तेच क्षेत्र का निवडू नये? पालकांनी आपल्या मुलांमधील अभिनयक्षमता ओळखून त्याला प्रोत्साहन द्यायला हवं आणि करियरसाठी याच क्षेत्राची निवड करण्यासाठी प्रवृत्तही करायला हवं. अलीकडच्या काळात दैनंदिन मालिका आणि ओटीटीमुळे नाटक, सिनेमापेक्षाही जास्त संधी या क्षेत्रात उपलब्ध होत आहेत. त्यात चांगले पैसेही मिळत आहेत. मुलांनी आणि पालकांनी अर्थार्जनाच्या दृष्टीने या क्षेत्राचा विचार करायला हवा.

'नटसम्राट' या अत्यंत गाजलेल्या नाटकात उपस्थित झालेला 'कोणी घर देता का घर?' हा कलावंतांच्या आयुष्यातला प्रश्न कधीच संपुष्टात आलाय. अलीकडच्या

काळात अभिनय क्षेत्रातले कलावंत म्हणजे हक्काची, स्वत:ची घरं, गाड्या असंच काहीसं समीकरण झालेलं दिसतं. यातलं नेमकं वास्तव आहे तरी काय? अभिनयाची उत्तम जाण असेल तर हे क्षेत्र अर्थार्जनाचा मार्ग म्हणून निवडणं खरोखरीच व्यावहारिक शहाणपणाचं ठरू शकतं का? याविषयी रसिकप्रिय अभिनेते आनंद इंगळे यांनी आपल्या अनुभवांच्या आधारे मांडलेलं वास्तव हेच सांगतं की, नियमित अर्थार्जन करण्यासाठी अभिनय क्षेत्र हा उत्तम पर्याय असू शकतो.

आनंद इंगळे या क्षेत्रात आले ते अभिनयाच्या आवडीतून. त्यावेळी पुण्यात अनेक नाटकं, एकांकिका, त्यांच्या स्पर्धा सतत चालू असत. महत्त्वाच्या म्हणाव्यात अशा वर्षभरात सहा एक स्पर्धा व्हायच्या. त्यातून आनंद यांचा या क्षेत्रात प्रवेश झाला. पण ही सारी प्रायोगिक स्वरूपाची नाटकं असल्याने अर्थार्जन फारसं होत नव्हतं. पण याच काळात चंद्रकांत कुलकर्णी यांच्या चंद्रलेखा प्रॉडक्शनच्या 'आम्ही जगतो बेफाम' या नाटकात काम करण्याची संधी मिळाली. त्या निमित्ताने व्यावसायिक नाटकात प्रवेश झाला. त्यामुळे नाट्यक्षेत्रातल्या दिग्गज्जांशी परिचय झाला. नंतर सुयोगची नाटकं मिळाली, विनय आपटे यांचं नाटक त्यांनी केलं. त्यावेळी नाटकांना मिळणारं मानधन फारसं नसलं तरी कामं सातत्याने मिळत असल्याने अर्थार्जन होत राहिलं.

पैसे मिळत असले तरी नाव मिळायला काही काळ जावा लागणार होता याची जाणीव आनंद यांच्या आईवडिलांना होती. आपल्या मुलाची मेहनत ते बघत होते. पण काही नातेवाईकांना आणि परिचितांना मात्र आनंदच्या काळजीपोटी फक्त अभिनयावर या अस्थिर क्षेत्रात ते पुरेसे अर्थार्जन करू शकतील हे पटत नव्हतं. परंतु आनंदचे आई वडील त्यांना या क्षेत्रात करिअर करू देण्यावर ठाम होते.

अर्थात, या गोष्टीला आणखीही एक बाजू आहे. त्यावेळी आनंद प्रमुख भुमिकेत नसायचे. त्यामुळे नाटकांच्या जाहिरातीत नावं, फोटो यायचे ते प्रमुख नायक नायिकांचे. नाटकही त्यांच्याच नावावर चालत असे. उदाहरणार्थ अशोक सराफ प्रमुख भुमिकेत असतील तर ते नाटक अशोक सराफचं नाटक म्हणून लोकांच्या लक्षात असतं. लोकांच्या दृष्टीने इतर भूमिका दुय्यम असतात. त्यामुळे कित्येकजणांना ही मंडळी देखील नटनटी आहेत हे लक्षातच येत नाही. इतर प्रोफेशन्समध्ये म्हणजे जसं डॉक्टर, वकील हे किती मोठे, प्रसिद्ध आहेत हे नंतर ठरतं. त्यांच्या नावामागे आधी डॉक्टर, ॲडव्होकेट हे लागलेलं असतं. नटाच्या बाबतीत तसं होत नाही. त्याने उत्तम, लक्षात राहण्याजोगा अभिनय केला तर लोक त्याला नट म्हणून ओळखतात. त्यामुळे नातेवाईक काळजीपोटी आईवडिलांना आनंद यांच्या करिअरविषयी विचारत

आणि सल्ले देत. या पार्श्वभूमीवर आनंद यांना मिळालेला आईवडलांचा पाठींबा अधिकच महत्त्वाचा ठरतो.

याच दरम्यान अल्फा मराठी, ई-मराठी या नवीन वाहिन्या सुरू झाल्या आणि दैनंदिन मालिकांची निर्मिती मोठ्या प्रमाणावर सुरू झाली. यामुळे अनेक अभिनेत्यांना कामं मिळाली. एकेक मालिका एक-दीड वर्ष चालायची. त्यामुळे काम आणि पैसा नियमित मिळत राहण्यात फारशी अडचण यायची नाही. नियमितपणे टीव्हीवर दिसत राहिल्यामुळे लोकांना आणि नातेवाईकांना आनंद खरंच नट आहे, अभिनेता आहे याची खात्री पटायला लागली. जवळपास सलग पंधरा वर्षं कोणत्या ना कोणत्या मालिकेत आनंद यांचा सहभाग होताच. मालिकांचं शेड्युल सांभाळून नाटकं, नाट्यस्पर्धा हेही चालू राहिलं. चित्रपटांमध्येही त्यांना भूमिका मिळत गेल्या.

आनंद सांगतात, ''मुळात उत्तम अभिनय येणं ही या क्षेत्रात येण्याची पूर्वअट आहे. अभिनय करायला आवडणं आणि तो करता येणं या दोन वेगळ्या गोष्टी आहेत. तुम्हाला अभिनय करता येतो, उत्कृष्ट करता येतो हे एकदा सिद्ध झालं की कामं मिळायला अडचणी येत नाहीत. विविध भूमिकांचा अनुभव गाठीशी जमा झाला की आपलं आपल्याला लक्षात यायला लागतं की कोणत्या भूमिकेला आपण न्याय देऊ शकतो. वेगळी भूमिका करायची असेल तर त्यासाठी किती अभ्यास, सराव, पूर्वतयारी करायला हवी, आपण त्यासाठी तयार आहोत का? अशा सगळ्या गोष्टींचा विचार पक्का झालेला असेल तर आपल्या कामाचे पैसे आपण ठरवू शकतो. पण त्यासाठी स्वत:ला सिद्ध करणं, आणि तेही वारंवार सिद्ध करत राहणं, ही सगळ्यात महत्त्वाची बाब आहे.''

टेलिव्हिजन मालिकांमुळे जशा अभिनयक्षेत्रात मोठ्या प्रमाणात संधी उपलब्ध झाल्या तशाच अलीकडच्या काळात वेबसीरीज आणि ओटीटी प्लॅटफॉर्ममुळे असंख्य संधी उपलब्ध झाल्या आहेत. पण त्यासाठी आता कशा प्रकारचे चित्रपट, मालिका तयार होतात याकडे लक्ष देऊन आपल्या अभिनयात, सादरीकरणात बदल घडवणं आवश्यक आहे. या क्षेत्राशी निगडीत असलेलं नवीन तंत्रज्ञान समजून घेणं, अवगत करणं गरजेचं आहे. थोडक्यात, कामं मिळवण्यासाठी इतर क्षेत्रांप्रमाणेच याही क्षेत्रात बदलांना सामोरं जाण्याची मानसिकता असायला हवी. उदाहरणार्थ, सोशल मीडियाने सध्या धूमाकूळ घातलेला आहे. तर तुम्हाला त्यापासून दूर राहून चालणार नाही. त्यावर तुमचा प्रेझेन्स कसा ठेवायचा हा विचार तुम्ही करू शकता, पण त्यापासून लांब राहायचं ठरवलं तर ते तुमच्या करिअरसाठी मारक ठरू शकतं. सोशल मीडियाचा प्रभावशाली वापर हीसुद्धा आता या क्षेत्राची गरज झाली आहे.

पूर्वी चित्रपटात काम करणारे काही अभिनेते टीव्हीच्या छोट्या पडद्यावर काम करणार नाही असं म्हणत असत. पण सध्याच्या वेगाने बदलणाऱ्या काळात अशा मर्यादा घालून चालत नाही. नाटक, सिनेमा, मालिका, जिथे म्हणून संधी मिळेल तिथे काम करण्याची तयारी ठेवायला हवी. त्याशिवायही कार्यक्रमांचं सूत्रसंचालन, निवेदन अशा कामांमध्ये कौशल्य मिळवलं तर त्या स्वरूपाची कामं मिळतात आणि त्यातूनही अर्थार्जन होतं. अलीकडच्या काळात दहीहंडी, गणेशोत्सव यासारख्या कार्यक्रमांमध्ये आणि काही ठिकाणी तर लग्नसमारंभांतसुद्धा कलाकारांना सहभागी होण्यासाठी पैसे दिले जातात. उद्घाटन समारंभात पैसे देऊन अभिनेत्यांना बोलावलं जातं. आनंद इंगळे मात्र पैशांसाठी कधीही या कार्यक्रमांमध्ये सहभागी झाले नाहीत. पण अर्थार्जनाचा हाही एक मार्ग अभिनेत्यांसाठी उपलब्ध असतो.

थोडक्यात, टेलिव्हिजनच्या असंख्य वाहिन्या आणि ओटीटी प्लॅटफॉर्म यामुळे अभिनयक्षेत्रात कामाच्या आणि अर्थार्जनाच्या संधींची कमतरता नाही. पण आपल्याला केवळ पैसे मिळवून देणारी कामं करायची आहेत का, आपल्या अभिनय क्षमतेला आव्हान देणाऱ्या भूमिका कमी पैसे मिळाले तरी साकारायच्या आहेत याचा निर्णय ज्याचा त्यानेच घ्यायचा असतो. आव्हानात्मक भूमिकांमुळे कदाचित सुरुवातीला कमी पैसे मिळाले तरी भविष्यात त्याचा फायदा नक्कीच होतो. ती भूमिका लोकांच्या लक्षात राहाते, त्यामुळे नवीन कामं मिळण्यासाठी तिचा उपयोग होतो. प्रत्येक वेळी प्रमुख भूमिका मिळेल असा हट्ट धरता येत नाही. ते योग्यही नाही. मिळालेल्या भूमिकेत जीव ओतून काम करणं महत्त्वाचं असतं. लोकप्रिय नट असणं आणि उत्तम नट असणं यातला फरकही समजून घ्यायला हवा. उत्तम नट लोकप्रिय असेलच असं नाही आणि लोकप्रिय नट हा नट म्हणून उत्तम असेलच असं नाही. आपल्याला यातलं काय व्हायचं आहे हे आपणच ठरवावं लागतं. कम्फर्ट झोनमध्ये राहून एकाच साच्यातल्या भूमिका साकारत राहायचं की सतत स्वत:लाच आव्हान देत वेगवेगळ्या भूमिका साकारायच्या याचा निर्णय ज्याचा त्याने घ्यायचा. पण एक मात्र नक्की, या क्षेत्रात काम करताना तुम्ही नायकाची भूमिका करत नसलात तरीही उत्तम पैसा नक्की मिळवू शकता.

महानायक अमिताभ बच्चन यांचं उदाहरण साऱ्यांना माहित आहेच. सुपरस्टार पदावर यशाचं शिखर गाठल्यानंतर त्यांची एबीसीएल कंपनी दिवाळखोरीत निघाली. या अपयशाला सामोरं जाण्यासाठी, सारी कर्जं फेडून टाकण्यासाठी मोठा पडदा व्यापून टाकणाऱ्या या अभिनेत्याने 'कौन बनेगा करोडपती' या शोसाठी छोट्या पडद्याचा आधार घेतला आणि बघता बघता छोटा पडदाही काबीज केला. अनेक जाहिराती

त्यांनी केल्या. या सगळ्या माध्यमातून सगळी कर्जं फेडली आणि वयाच्या ऐंशीव्या वर्षीसुद्धा कार्यरत राहून ते उत्पन्न मिळवत आहेत.

आपली अभिनयक्षमता वेळीच ओळखली आणि आपल्या मेहनतीने, सरावाने ती फुलवत ठेवली तर अर्थार्जनासाठी अभिनयक्षेत्र हा करिअरचा उत्तम पर्याय ठरू शकतो. शिक्षणक्षेत्रात थोडेफार गुण कमी असले तरी आपल्या आवडत्या क्षेत्रात काम करता येतं आणि मनाजोगता पैसाही मिळवता येतो.

शब्दांकन : सुश्री. वृषाली जोगळेकर

आनंद चाबुकस्वार – कलाधिष्ठीत उपचारपद्धति (ड्रामा थेरपी)

मी लहानपणापासून आईच्या प्रोत्साहनामुळे लहान लहान नाटकातून भाग घेत होतो आणि ते मला मनापासून आवडायचे. मी लहान असताना म्हणजे ऐंशीच्या दशकामध्ये गणपती उत्सवात कॉलनीतील लोकांनी स्वत: बसविलेले कार्यक्रम सादर करायचे हा एक छान संस्कार होता. कॉलनीतील मुलांकडून नाटक, नाच बसवून घेतले जात असत. कलाधिष्ठीत उपचारपद्धतीची वाट मात्र त्यावेळी मनात नव्हती. ती नंतर उमगली. दहावी अकरावीमध्ये असताना मी 'प्रचिती' गटाबरोबर काम करत होतो. आम्ही आदिवासी भागात काम करत होतो. गांधी वस्तीमध्ये अनेक वर्षे आम्ही काम करत होतो. तेंव्हा जाणीव झाली की आपण आपल्या कलेचा वापर केला पाहिजे, इतरांना त्याचा काहीतरी उपयोग व्हायला पाहिजे. इथून पुढे 'उपयोजित कला' किंवा 'अप्लाईड आर्टस्' या विषयीचं भान आलं. त्याकाळी म्हणजे ब्याण्णव–त्र्याण्णव साली हा विषय कोठे शिकविला जातो याबाबत काही माहिती नव्हती. पण आतून असं वाटत होतं की आपल्याकडे जी कला आहे त्याचा उपयोग इतरांचं जीवन समृद्ध करण्यासाठी करता येईल. आणि यादृष्टीने मला काय करता येईल असा विचार सुरू झाला. 'उपयोजित रंगभूमी' किंवा 'ड्रामा थेरपी' हेच आपलं करिअर आहे आणि यातूनच आपल्याला अर्थार्जन करावयाचे आहे असे साधारण शहाण्णव सत्त्याण्णव सालापासून उमगत गेलं. सुरुवातीला पाचगणी येथील एज्युकेशनल रिसर्च सेंटरमध्ये काम केलं. तिथे पैसे मिळत असत. त्याचवेळी मुक्त शिक्षक म्हणून

अन्यत्रही काम केलं. जेंव्हा पुढे आपल्याला आयुष्यात हेच करावयाचे आहे हे ठरलं तेंव्हा आम्ही काही मित्र मैत्रिणींनी मिळून कलाधिष्ठित उपचार पद्धतीसाठी 'वर्ल्ड सेंटर फॉर क्रिएटीव्ह लर्निंग' ही सामाजिक सेवा संस्था स्थापन केली. संस्था स्थापन करण्यामागचा उद्देश हाच होता की आपल्याला समाजासाठी काहीतरी करावयाचे आहे. तथापि, अशा प्रकारच्या उपचार पद्धतीबाबत त्याकाळी समाजात फारशी जाणीव नव्हती व या थेरपीला मान्यताही नव्हती. त्यामुळे त्यातून अर्थार्जन होण्याची शक्यता नव्हतीच. पण आपलंही पोटपाणी चाललं पाहिजे म्हणून इतर लहान लहान प्रोजेक्टसाठी फंडिंग मिळवून संस्था चालवायची असे ठरविले. पहिला प्रोजेक्ट २००१साली मुक्तांगण आणि कृपा व्यसन मुक्ती केंद्र यांच्याबरोबर कलाधिष्ठित उपचार पद्धतीचा वापर करून केला. आमचं ते काम पाहून सर दोराबजी टाटा ट्रस्टकडून आम्हाला थोडं फंडिंग मिळालं. त्यामुळे सारं काही सुकर झालं असं नाही; पण वाटचालीला सुरुवात तर झाली आणि तोच मार्ग आम्ही अनुसरत गेलो.

माझ्या घरात सगळे इंजिनीअर होते. त्यामुळे मुळात आर्टसमध्ये पदवी घेण्यालाच विरोध होता. त्यानंतर अर्थशास्त्र हा विशेष प्रविण्याचा विषय घेऊन पदवी मिळविल्यावर लिटरेचरकडे वळण्याला विरोध होता. ते करून ड्रामा थेरपीकडे जाण्यालाही विरोध होता. वडिलांना जरी हे पसंत नव्हतं तरी स्वातंत्र्य नव्हतं असं नाही. त्यामुळे त्यांनी मला आडकाठी अशी केली नाही. नंतरच्या काळात तर त्यांना जेंव्हा ड्रामा थेरपीच्या कामाबद्दल समजलं तेंव्हा त्यांना ते आवडलं देखील! मागे वळून पाहताना असं वाटतं की त्यांनी विरोध दर्शविल्याने मी अधिक जिद्दीने काम केले. माझी काम करण्याची, कष्ट करण्याची ताकद वाढली.

पाठिंबा तसा वेळोवेळी अनेकांनी दिला. अगदी बारीक बारीक प्रसंग सांगता येतील. मी अर्थशास्त्राचा चांगला विद्यार्थी होतो. अगदी रेकोर्ड ब्रेकिंग मार्कही मिळाले होते. पण जेंव्हा मी आमच्या विभाग प्रमुखांना मी इंग्लीश लिटरेचरमध्ये मास्टर्स डिग्री करणार आहे असं सांगितलं तेंव्हा ते म्हणाले, ''यस्. यु विल डू व्हेरी वेल!'' अशा एकेका वाक्यांनी प्रोत्साहन मिळून जाते, नाही का?

माधव वझे यांनी मला काही कॉन्टॅक्ट मिळवून दिले. सुलभा देशपांडे यांनी मदत केली. खूप बोलल्या माझ्याशी. काही वेळा नुसतं बोलणंसुद्धा पुरेसं असतं. त्या म्हणाल्या की, ''तू म्हणतोयस त्याबद्दल आम्हाला माहित नाही. पण हे नवीन आहे.'' त्यांनी त्यांचे लहान मुलांबरोबर काम करण्याचे अनुभव सांगितले. मला खूप प्रोत्साहन दिलं. अशी माणसं नक्कीच मिळाली. दीपा लागू यांनी थोडी आर्थिक मदत केली.

माझ्या भारतातल्या आणि भारताबाहेरच्या सुहृदांकडून, मित्रांकडून प्रोत्साहन मिळाले. सामाजिक सेवा संस्था स्थापन करण्यात माझ्याबरोबर सहभागी असलेले आशा बलसारा, झुबीन बलसारा आणि डेबोरा डॅनियल यांचे सहकार्य होतेच. माझी आई व भाऊ यांचाही बऱ्यापैकी पाठिंबा होता. परदेशातील माझ्या मित्र मैत्रिणी, माझ्या शिक्षिका स्यू जेनिंग्ज यांचीही वेळोवेळी खूप मदत झाली.

ड्रामा थेरपीमध्ये करिअर करायचं हे जरी ठरलं होतं तरी त्या क्षेत्रातील स्पर्धा व अनिश्चितता याबद्दल खरंतर काही कल्पना नव्हती. वय तरुण होतं आणि आपल्या कलेचा उपयोग करून लोकांचं आयुष्य सुखकर करायचं हे ध्येय ठरलेलं होतं. त्यामुळे स्पर्धा व अनिश्चितता असणार हे मान्यच केलं होतं. पण त्याविषयी फार गांभीर्याने विचार केला नव्हता.

या क्षेत्रात परिणामकारक होण्यासाठी त्यात प्रावीण्य मिळविणे आवश्यक होते. त्यासाठी इंग्लंडला जाऊन या कलेच्या उद्गात्या स्यू जेनिंग्ज यांच्याकडून पद्धतशीर शिक्षण घेतले. इतर अनेकांकडूनही ट्रेनिंग घेतले. प्रत्यक्ष सराव करणे अधिक महत्त्वाचे होते. त्यासाठी आमच्या सामाजिक संस्थेतर्फे सात आठ मोठे रिसर्च प्रोजेक्ट केले. या क्षेत्रात नव्याने काय घडत आहे हे जाणून घेण्यासाठी सातत्याने वाचन, मनन व चिंतन केले. भारतात आल्या नंतर येथील आर्थिक व सांस्कृतिक वातावरणात ही उपचार पद्धती परिणामकारक व्हावी म्हणून भारतीयांच्या मानसिकतेचा अभ्यास केला. माझ्या संस्थाप्रमुख आशा बलसारा यांच्या मार्गदर्शनाखाली बौद्ध मानसशास्त्र व नैतिकता या विषयांचा सखोल अभ्यास केला. या विषयातील तत्त्वांचा कलाधिष्ठित उपचार पद्धतीमध्ये कसा उपयोग करून घेता येईल याचा विचार केला व अवलंब पण केला व तो विचार अजूनही सुरूच आहे.

निराशेचे क्षणही आले. म्हणजे अगदी डिप्रेशन नाही आलं. पण सन २००० ते जवळपास २०१०पर्यंत आर्थिक वानवा होती. मानसिक तणाव खूप असायचा. जोडीला महाराष्ट्रीय मध्यम वर्गाची आर्थिक मानसिकता होती. अशा अनिश्चिततेला सामोरं जाण्यासाठी मानसिक तयारी करणं हा एकच मार्ग दिसत होता आणि हळूहळू आम्ही तेच केलं. अशा मानसिक तणावासह जगण्याची सवय करून घेतली. त्यानंतर मात्र ट्रस्ट भक्कम पायावर उभा राहिला आणि अर्थार्जनही व्यवस्थित सुरू झाले.

आनंदाचे आणि समाधानाचे खूप प्रसंग आले. एखाद्या शिबिरामध्ये आपण उपचार करत असलेला रुग्ण, जो वीस वीस वर्षे बोलत नव्हता, तो आपल्याकडे बघून हसतो, बोलायचा प्रयत्न करतो तेंव्हा होणारा आनंद अवर्णनीय असतो. लहान मुलांवर उपचार करत असताना त्यांना मिळालेली प्रेरणा, कलामाध्यमात गुंतून जाऊन

अचानक त्यांच्या क्षमतेत झालेली वाढ मनाला खूप आनंद देऊन जातात. जेंव्हा माझे आईवडील माझ्या कार्यशाळेत आले, त्यांनी माझी उपचार पद्धति पाहिली आणि माझे काम हे खरोखरीच समाजोपयोगी आहे हे त्यांना पटले तेंव्हा मला विशेष आनंद झाला व समाधान वाटले. चाकोरीतील करिअर न करण्याला असलेला माझ्या वडिलांचा विरोध माझे काम पाहून नुसता मावळलाच असे नाही, तर त्यांना माझे काम आवडले, महत्त्वाचे वाटले याचाही आनंद झाला. आज एकवीस वर्षे आम्ही सर्व मित्र मैत्रिणी एकत्र काम करत आहोत याचाही एक वेगळाच आनंद आहे.

या क्षेत्रात नव्याने येऊ इच्छिणाऱ्या कलाकारांना मी सांगेन की आम्ही जेंव्हा सुरुवात केली तेंव्हा काहीच मार्ग तयार नव्हता. पायवाटही नव्हती. आता छान कोर्सेस आहेत, ट्रेनिंग आहे. तर मनापासून अभ्यास करा. उपचार पद्धती म्हणून जेंव्हा आपण कला वापरत असतो तेंव्हा स्वत:वर फोकस न ठेवता कामावरती लक्ष केंद्रित करा. सराव करत रहा. काम करत रहा. नुसतंच ट्रेनिंग घेऊन ज्या लोकांना त्या उपचाराची गरज नाही अशा लोकांबरोबर राहू नका. जिथे या उपचाराची खरी गरज आहे तिथे काम करत राहा. तुमचं काम करणं, तुमची चिकाटी हे तुमचे खरे गुरू आहेत. काय बरोबर आहे किंवा काय करायला पाहिजे हे तेच तुम्हाला शिकवितात. माझ्या अनुभवातून माझे हे मत झाले आहे.

शब्दांकन : मनोहर इंगळे

(श्री. आनंद चाबुकस्वार यांच्या कथनानुसार)

कालाधिष्ठित उपचार किंवा ड्रामा थेरपी म्हणजे काय?

या उपचार पद्धतीत नाट्यतंत्राचा व्यक्तिविकास व मानसिक आरोग्य सुधारण्यासाठी उपयोग केला जातो. हॉस्पिटल्स, शाळा, मानसिक आरोग्य केंद्रे, कारागृह, उद्योग आणि व्यवसाय अशा अनेक ठिकाणी या उपचार पद्धतीचा अवलंब केला जातो. उपयोजित कलेची ही उपचार पद्धती व्यक्ति, युग्म, कुटुंब व गट अशा सर्वांसाठी वापरता येते.

(Drama therapy is the use of theatre techniques to facilitate personal growth and promote mental health. Drama therapy is used in a wide variety of settings, including hospitals, schools, mental health centers, prisons, and businesses. Drama therapy, as a modality of the creative arts therapies, exists in many forms and can apply to individuals, couples, families, and various groups. https://en.wikipedia.org/wiki/Drama–therapy)

आभा अनिल भागवत – चित्रकला

अगदी लहान असल्यापासून मी आवडीने आणि वेगळी चित्रं काढत असे. एका चित्रात आंब्याला पडलेलं स्वप्नं आणि स्वप्नात दिसलेला विदूषक असं चित्र काढल्याचं आई सांगते. अतिशय उठावदार रंगसंगती, रेखीव आकार सुरुवातीपासून जमायचे. इतर शालेय विषय आणि खेळ यांमध्ये अजिबात रस नव्हता. नृत्य, गायन आणि चित्रकला एवढं मात्र मनापासून आवडत होतं. शाळेत साधारण चौथी–पाचवीच्या टप्प्यावर चित्रांची टिकून राहिलेली गोडी लक्षात आली आणि मी ठरवलं की चित्रकारच व्हायचं. माझे वडील चित्रकला चांगली असूनही आर्किटेक्ट झाले आणि नंतर त्यांना वाटत राहिलं की चित्रकार व्हायला हवं होतं. त्यामुळे माझ्यातला चित्रकार ओळखून त्यांनी आवर्जून कमर्शियल आर्टीस्ट न होता, फाईन आर्टीस्ट होण्यासाठी प्रोत्साहन दिलं.

चित्राला स्पर्धांमध्ये हमखास यश मिळायचं, यातूनच चित्रकलेची गोडी लक्षात आली. शाळेमधूनही आणि घरातूनही छोट्या–मोठ्या स्पर्धांना चित्र पाठवणे, त्यात बक्षिसं मिळवणे हे सुरू असे. शाळेत फलक लेखन, इतर काही चित्र काढणे यांत मी नेहमी पुढे असे. रंगांची समज, चित्रांचं कौशल्य जिथे जिथे दाखवण्याची संधी मिळाली, तिथे मला यश मिळत गेलं आणि आपण चित्रकारच व्हायचं, हे मनात पक्कं होत गेलं.

चित्रकलेत करिअर करावं हे साधारण पाचवीत ठरलं. काम चांगलं असेल

आणि मेहनतीची तयारी असेल, तर पैसे पाठोपाठ येतातच यावर विश्वास ठेवणारं आमचं कुटुंब होतं. त्यामुळे आवडीच्या विषयात चांगलं, अर्थपूर्ण काम करणं हा फोकस कायम होता. दहावीनंतर चित्रकलेचं शिक्षण घ्यायचं ठरवलं. चित्रकारांच्या गाठीभेटी आवर्जून घेतल्या. चित्रकार कसं अर्थार्जन करतात हे समजून घेतलं. कमर्शियल चित्रकार आणि फाईन आर्टिस्ट यांच्यातल्या मूलभूत प्रशिक्षणातला फरक समजून घेतला. चित्रकारांना पैसे लगेच मिळत नाहीत याची कल्पना होती. पण तुम्ही चांगले चित्रकार असाल तर चित्र विक्रीतूनही चांगले पैसे मिळतात हे पाहिलं होतं.

दहावी झाल्यावर काही ठिकाणी चित्रकला शिकवायला सुरुवात केली. त्यातून थोडे पैसे मिळत. काही इलस्ट्रेशन्स, कव्हर्स, लेख यांतूनही थोडेसे पैसे मिळत. हळूहळू ओळखीतून काही जणांनी कॅनवास पेंटिंगज करून मागितली. कला प्रदर्शनांतून चित्रांची विक्री झाली आणि विश्वास आला की चित्रकलेतून आपण नक्कीच अर्थार्जन करू शकतो. कॉलेजमध्ये असताना स्केचिंगच्या सरावासाठी सारसबागेजवळ, रस्त्यातल्या नळावर भांडी घासणाऱ्या मुलीचं एक स्केच केलं होतं. ते मलाच इतकं आवडलं, की घरी येऊन मी त्याचं रंगीत चित्रात रूपांतर केलं. ती पाठमोरी मुलगी खूपच बोलकी झाली. अगदी साधे, मळके कपडे घातलेली अकरा बारा वर्षांची मुलगी, दोन वेण्या, केसांत माळलेला भरगच्च मोगऱ्याचा गजरा, परकराला ठिगळ, मागच्या भिंतीला पोपडे गेलेले, शेवाळं चढलेलं, त्यावर मुंग्यांची रांग... असं चित्र होतं. ते विद्या बाळं यांना खूप आवडलं आणि त्यांनी 'मिळून साऱ्याजणी'चं मुखपृष्ठ म्हणून छापायचं ठरवलं. नंतर आमच्याच एका कौटुंबिक मित्राने ते विकत घेऊन घरी लावलं. त्यानंतर नव्या चित्रकर्तीला संधी म्हणून कुटुंबाच्या एका ओळखीच्या इन्टेरिअर डेकोरेटरने चक्क एका चित्राची ऑर्डर दिली. कॉलेजच्या शेवटच्या वर्षात प्रत्येक कॉलेजमधून फक्त २ ते ३ विद्यार्थ्यांची चित्र 'मॉन्सून शो' मध्ये निवडली जातात आणि मुंबईत जहांगीर आर्ट गॅलरी मध्ये प्रदर्शित होतात. त्यात माझ्या चित्रांची निवड झाली होती. ज्ञानेश्वर नाडकर्णी या ज्येष्ठ कलासमीक्षकांनी माझ्या चित्राचं कौतुक केलं होतं. त्यातलं एक चित्रं बिर्ला उद्योगाने खरेदी केलं होतं. १९९५ साली, विसाव्या वर्षात ही चांगली कमाई होती.

या निर्णयाला पालकांचा पूर्ण पाठिंबा होता. पण लग्न ठरताना होणाऱ्या नवऱ्याला खात्री वाटत नव्हती की चित्रकला हे अर्थार्जनासाठी कितपत योग्य माध्यम आहे. मलाही ते पटलं. कारण अर्थार्जनात अनिश्चितता असणार होती. तेंव्हा कॉम्प्यूटर आर्ट्सचं शिक्षण घ्यायचं ठरवलं. पुण्यातच 'सी डॅक'चा एक ॲनिमेशनचा डिप्लोमा केला. नंतर अमेरिकेत नवऱ्याचा जॉब होता, तिथे जाऊन दोन वर्षांची

मास्टर्स डिग्री केली. पुढे एक वर्ष थ्रीडी ॲनिमेटर म्हणून नोकरीही केली. मी भरतनाट्यम नृत्याचाही १० वर्ष अभ्यास केलेला होता, शिकवत होते आणि सादरीकरण करत होते. पण मी चित्रकलेवरच लक्ष केंद्रित करायचं ठरवलं.

पुढे मुलं झाल्यावर बालचित्रकलेचा अभ्यास केला. एका शाळेत सात वर्ष चित्रकला शिकवली आणि सहभाग भित्तीचित्र ही नवी गोष्ट करू लागले. 'भित्तीचित्रकार' म्हणून गेली दहा वर्ष काम करताना भारतात अनेक ठिकाणी हिंडले.

माझ्या चित्रकलेतल्या गतीमुळे आणि पॅशनमुळे नवऱ्याचाही पाठिंबा मिळाला. या क्षेत्रातले चढ उतार आता संपूर्ण घरानेच समजून घेतले आहेत. यात माझ्या मुलांचाही पाठिंबा महत्त्वाचा होता. मी घरी नसताना होणारी गैरसोय, स्वावलंबन, कामाच्या बायांच्या हातचा स्वयंपाक, सोयी, गैरसोयींचा स्वीकार मुलांनी समजून घेऊन पूर्ण पाठिंबा दिला. जवळच्या मित्र मैत्रिणींनाही माझ्या कामाबद्दल आदर आहे, कौतुक आहे. त्यांचा लागेल तिथे नेहमीच आधार असतो.

स्पर्धा कधीच महत्त्वाची वाटली नाही. जर आपण स्वतःच्या कामाच्या, कुवतीच्या बळावर पुरेसे क्रिएटिव्ह असू, सक्षम असू तर स्पर्धा नसतेच. लहानपणापासूनच घरातच तत्वनिष्ठा असल्याने, काय महत्त्वाचं आणि काय कमी महत्त्वाचं याबद्दल माझी मूल्य स्पष्ट होती. आपल्या डोक्यात गोंधळ नसले, मेहनतीची तयारी असली आणि आपण शिकायला उत्सुक आणि नम्र असलो की यश येतंच, याची खात्री होती. यश-अपयश याही खूप वरवरच्या गोष्टी वाटतात. आपल्या मूल्यांशी एकनिष्ठ असणं आणि झोकून देऊन काम करणं, हे खूप महत्त्वाचं आहे.

अनिश्चितता असेल याची पूर्वकल्पना होती. कला क्षेत्र अजूनही सामान्य माणूस महत्त्वाचं मानत नाही, त्यामुळे ही अनिश्चितता आहे. एक दिवस कदाचित् असाही येईल की माझं काम विकत घेणारे कोणीही नसतील. तरीही चित्रकलेवरच्या प्रेमाखातर मी चित्र काढत राहीनच. आजूबाजूचे इतर कलाकार म्हणजे आपले स्पर्धक नसून समकालीन मित्र आहेत आणि एकमेकांकडून शिकण्याजोगं खूप आहे असा आशावादी विचार मी करते.

भारतात आणि त्यानंतर परदेशात चित्रकलेचं पद्धतशीर शिक्षण घेतलं. नव्या घडामोडी तसंच कलेचा इतिहास यांचा सातत्याने अभ्यास करण्याची सवय लावून घेतली. हा प्रवास अखंड चालूच ठेवावा लागतो, याची जाणीव आहे. परदेशात 'मास्टर इन फाईन आर्टस्' करत असताना जगद्विख्यात चित्रकार शिक्षक म्हणून लाभले, तेंव्हा किती उत्तम प्रकारे चित्रकला शिकविता येते याची जाणीव झाली. सामान्य लोकांबरोबर आणि चित्रकारांबरोबर होणाऱ्या संवादातून माझ्या कामातली

शक्ति आणि त्रुटी दोन्हींची समज येते आणि त्यावर काम करता येतं.

खरं समाधानकारक काम करायचं असेल तर स्थैर्य शोधण्यात वेळ घालवून चालत नाही. काम करत रहायचं, मनापासून झोकून देऊन करायचं हाच मार्ग योग्य आहे. सुरुवातीच्या काळात अर्थार्जनावर लक्ष केंद्रित न करता चित्रकार म्हणून आपली वाढ होणं, कौशल्यात प्रावीण्य मिळवणं, भरपूर सराव करणं, चित्रकारांचा अभ्यास करणं या गोष्टी महत्त्वाच्या असतात. जसजसं आपल्या कलेत प्रौढत्व येतं तसतसं अर्थार्जन सहज होऊ लागतं.

आर्थिक दृष्ट्या स्थिर होण्यापूर्वी निराशेचे काही प्रसंग आले. त्यातला एक म्हणजे अमेरिकेत डिपेंडंट व्हीसा असताना, उत्तम काम असूनही अर्थार्जनाला परवानगी मिळाली नाही. त्याचा खूप मानसिक त्रास झाला. एका कंपनीमध्ये काही काळ उत्तम काम करूनही एकही डॉलर कमावता आला नव्हता याचं वाईट वाटलं.

आता स्थिरस्थावर चित्रकार म्हणून प्रस्थापित झाल्यावर एक वाईट अनुभव आला. २०२० साली भामरागड इथे चित्रकार म्हणून भिंतींवर सहभाग भित्तिचित्रांसाठी तब्बल सात दिवस मेहनत घेतली. पण तिथल्या सरकारी ऑफिसर्सनी अजूनही माझी फी दिलेली नाही. रक्कम मोठी आहे, आणि चित्र केली तेंव्हा असणारे सर्वजण आता दुसरीकडे काम करतात आणि स्वतःची जबाबदारी नाही म्हणून टोलवाटोलवी करत राहतात. शेवटी यामुळे होणारा मानसिक त्रास टाळण्यासाठी, पैसे वाया गेले असं स्वतःला सांगून मी त्याकडे दुर्लक्ष करते. कारण जी मेहनत घेतली, त्यातून प्रेरणा घेतलेली मुलं आता मोठी होतील आणि त्यांना माझ्याकडून जे शिकता आलं, ते कोणीच कधी शिकवू शकणार नाही, याची खात्री आहे.

समाधान अनेक स्तरांवर आहे. भारतात ४०० हून अधिक भित्तीचित्रं करता येणं, त्यातली ९५% चित्रं ही सामान्यांच्या सहभागाने असणं, ती चित्रं सर्वसामान्य माणसांसाठी उपलब्ध असणं, या कामातून इतर अनेकांनी प्रेरणा घेणं आणि चित्रकलेचा आनंद घेणं, काही वेगळ्या माणसांना भेटण्याचे अनुभव येणं हे सर्व समाधान आणि आनंद देणारं आहे. हा आनंद इतका खोल झिरपतो की त्यातूनच चित्रकाराचं व्यक्तिमत्व तयार होत जातं, बदलत जातं असं वाटतं. उदाहरणार्थ, रस्त्यावर चित्र काढत असताना येणाऱ्या जाणाऱ्या मोलकरणींनी आवर्जून चित्राबद्दल विचारणं, चित्र आवडल्याचं सांगणं, खेडेगावांत गेले असताना चित्रकलेच्या वेगळ्या विश्वात संपूर्ण गावाने रंगून जाणं, चित्रातली मुलगी कोणालातरी आपलीच लेक वाटणं, रस्त्यावर भीक मागून पोट भरणाऱ्या मुलाने चित्रात रस घेणं, प्रश्न विचारणं आणि चित्रकार प्रभाकर कोलते सरांनी फोन करून सांगणं की, ''मलाही एकदा तुझ्या

चित्राचा भाग करून घे'' असे अनेक प्रसंग! शिवाय अभयारण्य, नदीचा प्रवाह, नदीचा काठ, ओढा, जंगल, पक्षी, प्राणी यांची हानी होऊ नये म्हणून चालू असणाऱ्या चळवळीचा महत्त्वाचा भाग म्हणून माझ्या चित्र कौशल्याचा वापर होणं ही माझ्यादृष्टीने खूप मोठी गोष्ट आहे.

नव्याने चित्रकार होऊ इच्छिणाऱ्यांनी फक्त कॉलेजमध्ये मिळणाऱ्या शिक्षणावर अवलंबून राहू नये. स्वत:हून जगातील चित्रकार, चित्रशैली, प्रयोग अभ्यासावेत. एकच कंपू करून एकमेकांचं कौतुक करत बसण्यात वेळ घालवू नये. स्वत:च्या स्टुडिओमधून बाहेर पडून आजूबाजूचं वास्तव बघावं. काळाची, माणसांची गरज काय आहे आणि आपण त्यात कसे बसतो, हे शोधून काढून काम करावं. ठराविक पठडीतल्या चित्रकलेला आव्हान निर्माण होईल असं काहीतरी नवीन करावं. आदिवासी कला, लोककला यांच्यातलं शहाणपण आणि सौंदर्य मॉडर्न आर्टबरोबर जरूर शिकावं. अर्थार्जनासाठी केलेलं काम आणि स्वयंप्रेरणेने केलेलं काम यांमध्ये दरी असू नये, उलट दोन्हीची सांगड कशी घालता येईल असा प्रयत्न करावा.

चित्रकलेच्या शिक्षणाचं स्थान शालेय आणि कॉलेज या दोन्ही ठिकाणी कमी लेखलं जातं. सामान्य माणसांना एखाद्या चित्राचे रसग्रहण कसं करावं हे अजूनही समजत नाही. त्यासाठी भरीव काम होण्याची नितांत गरज आहे. अनेक गोष्टी शैक्षणिक पातळीवर करायची गरज आहे. शालेय पाठ्यपुस्तकांत प्रत्येक इयत्तेला योग्य असं एक चित्रकलेचं पुस्तक देणे, दर्जेदार पाठ्यक्रम तयार करणे, चित्रकला परीक्षांमध्ये न अडकवणं, त्यापलीकडचा अर्थ शिक्षकांना आणि पालकांना समजावा यासाठी कार्यशाळा आयोजित करणं, चित्रकला केवळ पूरक म्हणून न शिकविता इतर विषयांमध्ये चित्रकलेला सामावून घेणं आणि चित्रकला हे शिक्षणाचं महत्त्वाचं माध्यम म्हणून वापरणं असे बदल करण्याची आवश्यकता आहे.

लेखन : आभा भागवत

कीर्ती रानडे – टिफनी स्टाईल स्टेन्ड ग्लास पेंटिंग

शाळेत असताना कॅलिडोस्कोप बघितलेला आठवतो ना!! काचेच्या त्रिकोणी पोकळ नळीच्या एका बाजूला रंगीत बांगड्यांचे तुकडे घातलेले असतात आणि दुसऱ्या बाजूने एक डोळा बंद करून बघितले की बांगड्यांच्या तुकड्यांच्या असंख्य षटकोनी कलाकृती दिसतात. त्या मनमोहक आकृतींची जादू काही औरच असते!! ब्रिटिशकालीन इमारतींची, रंगीत काचांची दारं-खिडक्या, किंवा युरोप मधील मोठमोठ्या भव्य-दिव्य चर्चच्या उंच खिडक्यांची रंगीबेरंगी तावदानं पाहिली की त्या कॅलिडोस्कोपची प्रकर्षाने आठवण होते. या तावदानांच्या काचांची रचना टिफनी स्टेन्ड ग्लास किंवा मोझॅक ग्लास या प्रकारात मोडते.

ही कला तशी दुर्मीळ आणि अपरिचितदेखील. परंतु काही चोखंदळ व्यक्ती अशा प्रकारच्या कलाकृती घरे सजवण्यासाठी, कार्यालयाची शोभा वाढवण्यासाठी आवर्जून वापरतात. टिफनी स्टेन्ड ग्लास किंवा मोझॅक ग्लासपासून कलाकृती बनवणे ही एक अत्यंत गुंतागुंतीची प्रक्रिया आहे. यासाठी तंत्रज्ञानाचा नेमका वापर, रंगसंगतीचे अचूक ज्ञान, सौंदर्य दृष्टी आणि कल्पकता आवश्यक असते. शिवाय ही कला तशी अपरिचितच. त्यामुळे मग अशी अनवट वाट चालायची तर तेव्हढे धैर्यदेखील हवेच. तर अशी अनवट वाट निवडलेल्या कलाकार सौ. किर्ती रानडे यांची ही यशोगाथा.

सौ. कीर्ती रानडे यांनी १९९९ साली इलेक्ट्रॉनिक्स व टेलीकम्युनिकेशनमध्ये इंजीनिअरिंगच्या पदवीचे शिक्षण पूर्ण केले. शिक्षण पूर्ण होताच, लगेचच आयटी

कंपनीमध्ये नोकरीला सुरुवातही केली. २००१ साली श्री. सर्वेश रानडे यांच्याशी त्यांचा विवाह झाला. काही वर्षे त्यांनी बंगलोर व पुणे येथे नोकरी केली.

अत्यंत आत्मियतेने नोकरी करीत असताना आणि कॉर्पोरेट लॅडरवर चढता चढता, जवळजवळ अकरा वर्षे बहुराष्ट्रीय कंपन्यांमध्ये वेगवेगळ्या जबाबदाऱ्या त्यांनी सांभाळल्या. त्यांचे करियर महत्त्वाच्या टप्प्यावर असताना सर्वेश यांना बंगलोर येथे स्थलांतर करण्याची संधी मिळाली. त्यामुळे मग मुलांच्या संगोपनासाठी त्यांनी नोकरी सोडण्याचा निर्णय घेतला. संगणक क्षेत्रातील नोकरी सोडताना अर्थातच त्रास झाला. परंतु, त्या वेळी त्यांना माहीत नव्हते की, नियतीच्या मनात त्यांच्यासाठी खूप काही वेगळ्या योजना आहेत.

बंगलोरमध्ये स्थिरस्थावर झाल्यावर मुले जशी थोडी मोठी होऊ लागली, तसा मोकळा वेळ मिळू लागला. आता स्वतःसाठी, आपली कलेची आवड जपता येईल असे वेगळे, पण चाकोरी बाहेरचे काहीतरी करावे असे किर्ती यांना वाटू लागले. योगायोगाने श्री. असाद हजीभॉय या ज्येष्ठ स्टेन्ड ग्लास आर्टिस्टशी त्यांची ओळख झाली. त्यांच्याकडून स्टेन्ड ग्लास आणि मोझॅक आर्ट शिकताना, किर्ती यांना कला विश्वाच्या एका विलोभनीय जगाची ओळख होऊ लागली. मग त्यांनी हीच कला पुढे जोपासायचा निर्णय घेतला.

या कलेमध्ये, विशिष्ट प्रकारची इम्पोर्टेड काच घेऊन त्याचे विविध आकाराचे आणि रंगांचे छोटे तुकडे केले जातात. या तुकड्यांना तांब्याचा पातळ पत्रा चिकटवला जातो. हे तुकडे मग ज्या प्रकारची कलाकृती बनवायची असेल त्या आकारामध्ये एखाद्या जिग सॉ पझलप्रमाणे एकत्र जोडले जातात, आणि मग तयार होते मनोहारी वस्तू. या पारदर्शक रंगीत काचांच्या वस्तूंचे सौंदर्य सूर्यप्रकाशात अतिशय खुलून दिसते. या 'टिफनी स्टाईल स्टेन्ड ग्लास' कलाप्रकारामध्ये इतकी सृजनशीलता आहे की, आपला विश्वास बसणार नाही इतक्या प्रकारच्या वस्तू त्यातून बनू शकतात.

सुरुवातीला काही वर्षे, या कलेवर प्रभुत्व मिळवण्यासाठी सातत्याने वेगवेगळे प्रयोग आणि अखंड प्रयत्न केल्यानंतर कीर्ती यांनी आता त्यात प्रावीण्य मिळवले आहे. आता त्यांचा स्वतःचा 'कांची ग्लासक्राफ्ट' हा स्टुडिओ बंगलोरमध्ये आहे. जवळजवळ २५० ते ३०० वेगवेगळ्या रंगछटांच्या काचांचे शीटस् त्यांनी जमवले आहेत.

स्टेन्ड ग्लास मोझॅक आर्टमध्ये कीर्ती यांनी स्वतःची अशी खास शैली निर्माण केली आहे. गृह सजावटीच्या वस्तू, निसर्ग चित्रे, पक्षी-प्राणी आणि पोर्ट्रेट्स करणे ही त्यांची खास वैशिष्ट्ये. त्यातही पोर्ट्रेट्स बनवताना, मूळ चित्राची हुबेहूब प्रतिकृती

निर्माण करणे, जसेच्या तसे हावभाव प्रतीत होणे, त्याची रंगसंगती साधणे हे अत्यंत कौशल्याचे अवघड काम असते. अगदी छोट्यात छोटे काचांचे तुकडे कापून वापरावे लागतात. हे काचांचे तुकडे अचूकपणे एकमेकांना चिकटून बसवावे लागतात. रंगसंगती आणि आकार यांचा योग्य वापर कसा करायचा हे ध्यानात ठेवावे लागते. तेंव्हाच एक उत्तम कलाकृती तयार होते.

त्यांनी बनवलेल्या पोर्ट्रेटचे छायाचित्र बघितले असता अगदी हुबेहूब तैलचित्राचा आभास होतो. तसेच एखादा पक्षी आता जिवंत होईल असे वाटावे इतके प्रावीण्य किर्ती यांच्या बोटात आहे.

कांची ग्लास क्राफ्ट स्टुडिओची सुरुवात छोट्या भेटवस्तू बनवणे, प्रदर्शनांमध्ये भाग घेणे यापासून झाली. हळूहळू जनसंपर्क वाढत गेला. त्यांच्या या वेगळ्या कलेची दखल घेतली गेली. त्यांच्या कामाला मागणी येऊ लागली. ऑर्डर्स वाढू लागल्या. व्यवसाय वाढत मोठा होत गेला. फक्त पैशासाठी काम न करता कलेचे वेगळेपण आणि कामातील सुबकता, नीटनेटकेपणा, सौंदर्य त्यांनी टिकवून ठेवले. प्रत्येक कलाकृती करताना त्यातून मिळणारा आनंद हेच त्यांचे लक्ष्य असते.

एखादी लहानात लहान वस्तू बनवण्यामागे काही दिवसांचे अथक प्रयत्न असतात. तसेच एखाद्या कार्यालयाच्या किंवा हॉटेलच्या तावदानाचे काम करायचे असल्यास त्याला काही महिनेदेखील लागतात. मग असा मोठा प्रकल्प असला की मेहनतीबरोबर कमालीची चिकाटीही आवश्यक असते.

कीर्ती यांचा कामामध्ये परिपूर्णता गाठण्याचा सदैव प्रयत्न असतो. त्यामुळे त्या कोणताही प्रकल्प स्वतः करणेच पसंत करतात. त्यांच्या मते, एखादी कलाकृती घडवणे हे त्यांच्या कलेचे उत्कट प्रदर्शन आहे. त्यामुळे त्यामध्ये कोणतीही तडजोड करणे त्यांना मान्य नाही.

गेल्या आठ नऊ वर्षात, स्टेन्ड ग्लास आर्ट वर्कचे काम करीत असताना, अनेक अवघड प्रोजेक्ट पूर्ण करताना, त्यांना पुष्कळ अनुभव मिळाला आहे. दिवसेंदिवस त्यांच्या कामाचा दर्जा उंचावला गेला आहे. हा व्यवसाय सांभाळताना त्यांना त्यांच्या कुटुंबियांची (मुले आभा आणि अर्चिस आणि पती सर्वेश यांची) पूर्ण साथ लाभली आहे. त्यांची आई, ज्योती साठे यांच्याकडून कलेचा वारसा त्यांना मिळाला आहे. वडील श्री. प्रकाश साठे यांचे तांत्रिक साहाय्यही त्यांना वेळोवेळी मिळाले आहे. सर्वांचा पाठिंबा आणि प्रोत्साहन यामुळे कीर्ती रानडे यांनी एक यशस्वी कलाकार म्हणून कला जगतात नाव कमावले आहे.

अशा प्रकारच्या कलेचा वापर मोठमोठ्या रुचीसंपन्न बंगल्यांमध्ये केला

जातो. तसेच एखाद्या पंचतारांकित हॉटेलसाठी किंवा मोठ्या कंपनीच्या दर्शनी भागाच्या सजावटीसाठी 'टिफनी स्टेन्ड ग्लास'चा वापर करण्याकडे कल असतो. अशा मोठ्या प्रकल्पामध्ये ग्राहकाची आवड निवड जोखून एक आराखडा बनवला जातो. त्यानंतर रंगसंगती, आकार याप्रमाणे मग मांडणी केली जाते. असे हे काचांचे जिग सॉ पझल मूर्त स्वरूप घेऊ लागते.

या काचांचे रंग मनोहारी असतातच; पण त्यामध्ये असलेली चमक आणि त्यातून निर्माण होणारे कधीही कुठेही न पाहिलेले अप्रतिम अविष्कार मन मोहवतात. अशा प्रकारचे प्रकल्प खूप आव्हानात्मक असतात, पण त्या बरोबरच कलाकाराच्या कलेचादेखील कस लावतात.

सौ. कीर्ती यांच्या कामाला आता भारतभरातून मागण्या तर येतातच; पण परदेशातूनही येऊ लागल्या आहेत. त्यांची अप्रतिम रंगसंगतीची जाण आणि कलात्मक मांडणी यामुळे त्यांचे ग्राहक खूष असतात.

काचेच्या आरस्पानी सौंदर्यातून कलाविष्कार निर्माण करणाऱ्या या कलावतीला यश मिळवण्याची अजिबात घाई नाही. खरे तर ती यश मिळवण्यासाठी हे करतच नाही. तिला फक्त आपल्या कलेचे सामर्थ्य आजमावयाचे आहे आणि हे आजमावताना लौकिक अर्थाने मिळणारे यश आपोआपच तिच्या बोटातून तिच्या आयुष्यात उतरेल यावर तिचा विश्वास आहे.

तर अशी ही काचेला हिऱ्याची किर्ती मिळवून देणारी सर्वार्थाने किर्ती, विदेशातून आलेली ही कला आत्मसात करून परत विदेशात पोहोचवते आहे.

शब्दांकन – डॉ. अश्विनी सोवनी

अधिक माहितीसाठी संपर्क :

Website : www.kaanchiglasscraft.in

Facebook and Insta - KaanchiGlasscraft

प्रसाद कुलकर्णी – जादुगिरी

श्री. प्रसाद कुलकर्णी हे नाव ऐकले किंवा त्यांना सहज भेटले तर कोणाचाही विश्वास बसणार नाही की, ते एक जागतिक कीर्तीचे जादूगार आहेत. श्री. प्रसाद यांनी लहान वयातच जादूगिरीच्या दुनियेत मोठा पल्ला गाठला आहे.

सुप्रसिद्ध सिने–नाट्य कलाकार श्री. अमेय वाघ यांच्या बरोबर प्रथम प्रसाद कुलकर्णींनी 'जादूचा शंख' या सुप्रसिद्ध बालनाट्यातून रंगभूमीवर पहिलं पाऊल टाकलं. परंतु त्यांनी त्याच वेळी ठरवले होते की त्यांना दुसरे काही करायचे नसून जादुगारच बनायचे आहे. आणि म्हणूनच अगदी लहानपणीच त्यांनी एका सुप्रसिद्ध जादूगाराच्या हाताखाली मदतनीस म्हणून काम करण्यास सुरुवात केली.

श्री. प्रसाद यांच्या वडिलांची बदलीची नोकरी असल्यामुळे त्यांच्या शाळा दर दोन वर्षांनी बदलायच्या. त्यामुळे सलग एका शाळेत त्यांचे शिक्षण कधीच होऊ शकले नाही. परंतु त्यांचे जादूचे शिक्षण मात्र अबाधित राहिले. साधारण सातव्या वर्षापासून एका सुप्रसिद्ध जादूगाराच्या प्रयोगांमध्ये मदतनीस म्हणून काम करताना त्यांनी त्यांच्या जादूच्या सामानाच्या पेट्या उचलण्यापासून ते रंगमंचावर त्यांच्या मागे उभे राहण्यापर्यंत पडेल ते काम केले. आणि यातूनच त्यांच्या निरीक्षण शक्तीच्या बळावर त्यांनी जादूचे प्रयोग शिकून घेतले.

वयाच्या अकराव्या वर्षीच त्यांनी डोळ्यांवर पट्टी बांधून रस्त्यावरून सायकल चालवण्याचा प्रयोग करून दाखवला. त्यातूनच मग त्यांच्या कलेला एक वेगळे वळण

मिळाले. शाळेतील वक्तृत्व स्पर्धेमध्ये त्यांचा सभाधीटपणा निदर्शनास आला होताच. तसेच त्यांची जादूच्या क्षेत्राची विशेष आवड पाहून वडिलांनी त्यांना स्वत:चे प्रयोग करण्यासाठी प्रोत्साहन दिले.

श्री. प्रसाद यांच्या कुटुंबातील जादूच्या दुनियेकडे आकर्षित झालेले ते पहिलेच. त्यामुळे त्यांना इतर जादुगारांप्रमाणे कौटुंबिक पार्श्वभूमी अथवा परंपरा नव्हती. जे काही करायचे ते स्वबळावरच करायचे होते.

अहमदाबाद येथील जादुगार रॉबर्ट यांच्या मदतीने त्यांनी प्रयोगाची आखणी केली. आणि मग त्यांचे प्रयोग सुरू झाले.

सुरुवातीला घरगुती वाढदिवसाच्या समारंभांमध्ये त्यांना जादूचे प्रयोग सादर करण्यासाठी बोलाविले जाई. जोपर्यंत शिक्षण चालू असते तोपर्यंत पालकांचा अशा गोष्टींकडे पाहण्याचा दृष्टिकोन नेहमीच एक हौस, आनंद घेण्याचे साधन असाच असतो. परंतु जेंव्हा हीच हौस आपले चरितार्थाचे साधन म्हणून वापरायचे ठरते तेव्हा मात्र खरा कसोटीचा काळ सुरू होतो.

वडील किर्लोस्कर कमिन्स कंपनीतून निवृत्त झाले तेंव्हा श्री. प्रसाद यांच्यासमोर दोन पर्याय होते. वडीलांबरोबर गावी निघून जाणे किंवा पुण्यातच स्वबळावर पाय रोवणे.

श्री. प्रसाद यांनी पुण्यातच राहण्याचे ठरविले आणि मग त्यांचा खरा संघर्ष सुरू झाला. सुरुवातीच्या काळात छोट्या मोठ्या घरगुती समारंभांपुरतीच कला सादर करण्याची संधी मिळायची. त्यामुळे मानधन देखील तितपतच मिळायचे. त्यांनी मग 'हॉटेल कलिंग' येथे शनिवार, रविवार जादूचे प्रयोग सुरू केले. तेथे येणाऱ्या लहान मुलांना जादूचे प्रयोग दाखवता दाखवता मग त्यांचे पालक त्यांच्या मुलांच्या वाढदिवसासाठी त्यांना घरी प्रयोग करण्यासाठी बोलावू लागले. त्यातूनच मग त्यांना काही प्रयोग मिळू लागले. परंतु महिन्याला चार दोन प्रयोग करून उपजीविका चालणे शक्यच नव्हते. उदरनिर्वाहासाठी टेलेफोन बूथ चालवणे, रेस्टॉरंटमध्ये काम करणे अशा प्रकारची असंख्य छोटी मोठी कामे त्यांनी सुरुवातीच्या काळात केली.

सुरुवातीला रू. पाचशे मानधनापासून सुरू केलेला हा प्रवास पुढे रू. पन्नास हजारपर्यंत कधी पोहोचला ते उमगलेच नाही. त्यांचे जसे जादूचे कार्यक्रम होऊ लागले तसे काही कंपन्यांनी देखील त्यांना कामे दिली. पोस्टातील बचतीची जाहिरात करण्यासाठी कमालीची कल्पकता दाखविली. जादुगार जादूचे प्रयोग करत एका डब्यात रू. शंभर च्या चार नोटा टाकतो आणि काढताना त्याच्या पाच नोटा होतात हे दाखवून लोकांना समजावून देतो की अशा प्रकारे बचतीतून पैसे वाढू शकतात.

अशी ती जाहिरात होती. आज त्यांना बॉलीवूडमधील अनेक प्रतिष्ठित व्यक्तींच्या मुलांच्या वाढदिवसानिमित्त जादूचे प्रयोग करण्यासाठी निमंत्रित करण्यात येते.

परंतु या प्रवासामध्ये अनेक सत्वपरीक्षेचे क्षण देखील आले. असाच एका गावी मोठे सभागृह घेऊन जादूच्या प्रयोगांचा कार्यक्रम ठरवला होता. या कार्यक्रमाची पुरेशी जाहिरात होऊनदेखील त्यामानाने तिकीट विक्री मात्र होत नव्हती. जादूच्या क्षेत्रामध्ये जादुगाराचे नाव भारदस्त असणे महत्त्वाचे असते. परंतु श्री. कुलकर्णी यांना आपले खरे नाव लपवून टोपण नाव परिधान करणे मान्य नव्हते. त्यामुळे त्यांनी सुरुवातीपासूनच 'जादुगार प्रसाद कुलकर्णी' असे पूर्ण नाव वापरण्याचा निर्णय घेतला. परंतु 'अशा नावाचा कुठे जादुगार असतो का?' असे वाटून प्रेक्षक तिकिटे घेईनात. मग अशा परिस्थितीमधून वाट काढण्यासाठी कार्यक्रमाच्या आदल्या दिवशी श्री. प्रसाद यांनी डोळ्यांवर पट्टी बांधून गावातील रस्त्यांवरून मोटार सायकल चालवण्याचे प्रात्यक्षिक करून दाखवले. आणि ही मात्रा बरोबर लागू पडली. तो प्रयोग अर्थातच हाउस फुल झाला.

जादूगिरीची ही जादुई दुनिया मात्र आता खूप बदलतेय आणि त्यामुळे जादुगार प्रसाद कुलकर्णींनी देखील स्वतःची एक वेगळी शैली निर्माण केली आहे. पूर्वी ते इतर जादुगारांप्रमाणे मोठमोठाले पेटारे घेऊन कार्यक्रम स्थळी पोहोचत आणि माणसाचे दोन तुकडे करणे, अदृश्य होणे, छोट्याश्या पेटीत माणसाला कोंबणे असे परंपरागत जादूचे खेळ करत असत. पण मग त्यांच्या ध्यानात आले की आता इंटरनेटच्या जमान्यात जादू कशी केली जाते यावर असंख्य चित्रफिती उपलब्ध आहेत आणि प्रेक्षकांना तीच तीच जादू पाहून त्यामध्ये स्वारस्य वाटेनासे होते. त्यांच्या हेही ध्यानात आले की विदेशी जादुगार फक्त एक छोटी ब्रीफ केस घेऊन कार्यक्रम स्थळी जातात आणि अगदी प्रभावीपणे आपली जादूची कला पेश करतात. या सर्व पार्श्वभूमीवर मग त्यांनी मेंटलीझमचा वापर करून आपली कला सादर करण्यास सुरुवात केली. तुमच्या खिशात किती पैसे आहेत ते ओळखण्यापासून ते तुमचा शर्ट तुम्ही कोणत्या दुकानातून किती रुपयांना घेतला इथपर्यंत सर्व काही ते तुम्हाला ओळखून दाखवू शकतात.

जादू ही कला तसे म्हटले तर दुर्लक्षितच. सरकार दरबारी तरी या कलेची नोंदच नाही. परंतु तरीही, २०१६ मध्ये 'उत्कृष्ट जादुगार' या पारितोषिकाने श्री. प्रसाद कुलकर्णी यांना गौरवण्यात आले. त्या नंतर २०१८ मध्ये त्यांची 'सर्वोत्तम mentalist' म्हणून निवड झाली. तसेच लॉकडाऊनच्या काळात एक जागतिक स्तरावरील स्पर्धा घेतली गेली. त्यामध्ये १६ देशांतील ११८ जादुगार सहभागी झाले होते. त्या स्पर्धेत

जादुगार प्रसाद यांनी mentalist विभागामध्ये तिसरा क्रमांक पटकावला. या शिवाय त्यांना अत्यंत प्रतिष्ठेचा बालगंधर्व परिवार पुरस्कार देऊन देखील गौरवण्यात आले आहे. 'Pune Has Got Talent' या स्पर्धेचे ते पहिले विजेते ठरले आहेत.

जादू हा प्रकार तसा इतर कलांप्रमाणे मुख्य प्रवाहातील समजला जात नाही. लहान मुलांना विचारले की तुम्हाला मोठे झाल्यावर काय व्हायला आवडेल तर, एखादा मुलगासुद्धा 'जादुगार व्हायचे आहे' असे उत्तर देत नाही. जादू ही कला अष्टपैलू आहे. तुम्हाला ही कला सादर करण्यासाठी, वक्तृत्व, सभाधीटपणा, अभिनय, धैर्य या सर्वांबरोबर प्रसंगावधान अत्यावश्यक आहे. तसेच यामध्ये पैसा, प्रतिष्ठा सर्व काही आहे. आणि म्हणूनच जास्तीत जास्त युवक युवतींनी जादुगार बनले पाहिजे. जादुगार प्रसाद कुलकर्णी यांना नवीन जादुगारांना कार्यबाहुल्यामुळे प्रत्यक्ष प्रशिक्षण देणे शक्य होत नाही. परंतु त्यांनी 'जादूचे किट' बनवले आहे व त्यासोबत जादू कशी करावी याविषयी व्हिडिओदेखील जोडले आहेत. यामधून नवीन जादुगार तयार होतील अशी त्यांना आशा वाटते.

जादुगार प्रसाद यांची कन्या आरोही आता त्यांची परंपरा पुढे चालविण्याच्या मार्गावर आहे. नुकतीच बाल जादूगारांची एक आंतरराष्ट्रीय स्तरावरील स्पर्धा हैद्राबाद येथे आयोजित करण्यात आली होती. या स्पर्धेत जादुगार आरोही हिने प्रथम क्रमांक पटकावला.

जादुगार प्रसाद कुलकर्णी यांनी जादू ही कला फक्त उपजीविकेसाठी वापरली नसून या कलेला प्रतिष्ठा मिळवून देण्याचा प्रयत्न केला आहे. आणि आता आरोहीच्या माध्यमातून ही धुरा पुढील पिढी नक्की सांभाळेल याची खात्री आहे.

शब्दांकन : डॉ. गिरीश तेलंग

मिलिंद दाते – बासरीवादन

१९८५ मध्ये मिलिंद दाते यांनी बासरी वाजवायला सुरुवात केली. सुरुवातीच्या काळातील एक गंमतीशीर अनुभव श्री. दाते यांनी सांगितला. पुण्यातील एका व्यक्तीकडे त्यांनी बासरी शिकण्यासाठी कोणाकडे जाऊ अशी विचारणा केली. त्या व्यक्तीने त्यांची बासरी दोन–तीन वेळा ऐकली आणि स्पष्ट शब्दात सांगितले की, ''तू बासरीला यापुढे हात लावू नको, तुला वाजवता येणार नाही, यापेक्षा वेगळे काही करता येते का ते बघ!''

सुदैवाने श्री मिलिंद दाते यांनी तो सल्ला मानला नाही आणि बासरी वाजवणे चालूच ठेवले. दरम्यानच्या काळात फर्ग्युसन महाविद्यालयात शिक्षण पूर्ण झाल्यानंतर श्री. अजित सोमण यांच्याकडे सुमारे दीड वर्ष ते बासरी शिकत होते. याच काळात मुंबईत पंडित हरिप्रसाद चौरसिया यांची एका बासरी वादक मित्रामुळे भेट झाली. हरिजींनी मिलिंदचे वादन ऐकले व 'तू येत जा शिकायला' असे आश्वासक आमंत्रणही दिले. १९८७ पासून आजपर्यंत मिलिंद हे हरिजींचे एक ज्येष्ठ शिष्य म्हणून ओळखले जातात आणि अजूनही त्यांच्याकडे जाऊन नवीन नवीन शिकण्याचे त्यांचे व्रत थांबलेले नाही.

१९८७ ते १९९६ या काळामध्ये त्यांनी त्या काळातील अनेक प्रथितयश कलाकारांच्या कार्यक्रमात साथसंगत केली. त्यामध्ये पंडित हृदयनाथ मंगेशकर यांच्यापासून ते सुरेश वाडकर यांच्यापर्यंत हिंदी व मराठी चित्रपट सृष्टीतील अनेक

दिग्गज कलाकार होते. पण एका क्षणी त्यांना त्या सगळ्याचा कंटाळा आला आणि ते सर्व त्यांनी थांबवले. कारण अशा कार्यक्रमात दाद मिळाली तरी ती त्यांच्या वाजविण्याला मिळत नसून कोणातरी मोठ्या कलाकाराच्या बरोबरचा एक साथीदार म्हणून त्यांची प्रसिद्धी होत होती आणि त्यामुळे अशा कार्यक्रमात वाजविणे त्यांनी थांबविले.

या सुमारास आणखी एक महत्त्वाचे वळण म्हणजे १९९८ मध्ये त्यांनी 'फ्युजन' या प्रकारामध्ये स्वतःचे स्थान निर्माण करण्यास सुरुवात केली. एकीकडे तीच तीच हिंदी व मराठी गाणी त्याच त्याच पद्धतीने वाजवताना कंटाळा आला असताना स्वतंत्रपणे भारतीय शास्त्रीय संगीत व रॉक म्युझिक यांचे कलापूर्ण मिश्रण म्हणजेच 'फ्युजन' याकडे ते वळले. याच काळात दक्षिण कोरियामध्ये पहिल्यांदा प्रवासाची संधी मिळाली. फर्ग्युसन कॉलेजमध्ये असताना गिटार आणि पाश्चिमात्य संगीताची थोडी ओळख झाली होती. पण स्वतंत्र प्रतिभेने 'फ्युजन' या संगीत प्रकारामध्ये स्वतःचा ठसा उमटण्यासाठी ही योग्य वेळ होती. त्यानंतर गेली वीस वर्षे अनेक वेळा दक्षिण कोरियामध्ये जाऊन त्यांनी आपले संगीत सादर केले आहे. त्या सर्वांची सुरुवात ही फर्ग्युसन कॉलेजमध्ये झाली होती.

मिलिंद दाते त्यांच्या सुरुवातीच्या कालखंडातील एक अनुभव आवर्जून सांगतात. नुकतीच बासरी वाजवायला सुरुवात केली होती व काही कार्यक्रमही मिळायला लागले होते. अशाच एका कार्यक्रमात ते एका प्रथितयश कलाकारबरोबर बासरी वाजवत होते. कार्यक्रमात बहुतेक वेळ मिलिंदच वाजवत होते. तथापि, नंतर त्यांना कोणाकडून तरी असे कळले की त्यांचे मानधन त्या दुसऱ्या व्यक्तीच्या मानधनापेक्षा अगदीच कमी होते. खरंतर त्या व्यक्तीने साथसंगत करण्यापलीकडे फारसे काही वादनही केले नव्हते. ही घटना त्यांच्या मनात काही काळ राहिली. मनातील ही खदखद त्यांनी त्यांचे स्नेही श्री. जयंत जोशी यांच्यासमोर व्यक्त केली. त्यावेळेस श्री. जोशी यांनी दिलेला सल्ला मिलिंद दाते यांना आजही तितक्याच ठळकपणे आठवतो. त्यांनी दिलेला पहिला सल्ला म्हणजे 'कोणाशीही स्वतःची तुलना करू नकोस' व दुसरा महत्त्वाचा सल्ला म्हणजे 'संगीतातील ज्ञानाचा आणि पैसा, कीर्ती, प्रसिद्धि, मानसन्मान यांचा थेट संबंध असतोच असे नाही'.

''हा सल्ला देऊन श्री. जोशी यांनी माझ्यावर जणू काही अनंत काळाचे उपकार केले आहेत'' अशी भावना त्यांनी एका मुलाखतीमध्ये व्यक्त केली आहे.

''संगीत हेच उपजीविकेचे साधन म्हणून वाटचाल करत असताना अडचणीचे, आर्थिक संकटाचे, प्रसंगी तडजोड करण्याचे किंवा तंगीचेही काही प्रसंग आले

का?'' या प्रश्नाला उत्तर देताना श्री. दाते म्हणाले की, ''मी माझी जीवनशैली साधी ठेवली आहे. मी फार महत्त्वाकांक्षी नाही. मी दारू पीत नाही, सामिष पदार्थ माझ्या जेवणात नसतातच. एक जुनी स्कूटर व मारुती गाडी अनेक वर्षे मी आनंदाने वापरतो आहे. वाटले तर मी मर्सिडीज बेंज गाडीसुद्धा घेऊ शकतो. पण ती घेऊन करायचे काय असा विचार करून, मला प्रवासासाठी जाताना दीर्घ अंतरासाठी साथ देईल अशी मारुतीचीच एस्कॉर्ट गाडी मी निवडली. १९९३ नंतर मी कोणतेही सिनेमे पाहिलेले नाहीत. त्यातल्या त्यात जेम्स बॉण्ड यांचे सिनेमे आवर्जून पाहतो. पण ते तेवढ्यापुरतेच. खर्चाचे म्हणाल तर आवडीच्या संगीत साहित्यावरच माझा खर्च असतो. कार्यक्रमाला आवश्यक असे आकर्षक कपडे जे मी कलकत्त्याला घेतले होते तेच मी अजूनही वापरतो. अमुक एक टोलेजंग इमारत हवी, अमुक ठिकाणी बंगला विकत घ्यावा अशा माझ्या अवाजवी महत्त्वाकांक्षा नसल्यामुळे आर्थिक तंगी किंवा अनिश्चितता याला मला सामोरे जावे लागले नाही.'' अर्थात या सर्व प्रवासात नशीबाची साथ ही अत्यंत आवश्यक आहे याचाही ते उल्लेख करतात. आज पुण्यासारख्या शहरांमध्येही संगीत क्षेत्रात कार्यरत असलेले शेकडो युवक व मध्यवयातील वादक-गायक आहेत. त्या प्रत्येकालाच काही ना काही संधी मिळत आहेत. पण त्यातील काही असमाधानी आहेत. 'पद्मविभूषण मिळाले तरी भारतरत्न का नाही?' असेही असमाधान असू शकतेच की!

मिलिंद यांनी काही वेगळे कार्यक्रमही सादर केले आहेत. पुण्यातील एका प्रसिद्ध उद्योगपतींनी दुसरा एक परदेशी उद्योग विकत घेतल्यानिमित्त केवळ आठ-दहा सर्वात वरिष्ठ व्यवस्थापकांच्यासमोर त्यांचा एक खाजगी कार्यक्रम झाला होता. रशियाचे राष्ट्रपती पुतीन, भारताचे माजी राष्ट्रपती श्री. प्रणव मुखर्जी यांच्यासमोरही कार्यक्रम सादर करण्याची संधी त्यांना मिळाली. अनेक प्रतिथयश अशा भारतीय व आंतरराष्ट्रीय कलाकारांबरोबर त्यांनी एकत्र कार्यक्रम केले आहेत. त्यांच्या बासरी वादनाच्या कार्यक्रमांची संख्या काही हजारांमध्ये जाईल.

मिलिंद यांच्या मते, कोणतीही वादन अथवा गायन कला तीन टप्प्यांमधून जात असते. सुरुवातीचे दोन टप्पे हे साधारणतः मेकॅनिकल व टेक्निकल असतात. म्हणजे वादन अथवा गायनातील खाचाखोचा, बारकावे बरेचसे तांत्रिक स्वरूपाच्या प्रश्नांबद्दल असतात. आज अनेक वर्षे संगीत साधना केल्यानंतर त्यांना अजूनही जे प्रश्न पडतात ते एका अर्थाने फिलॉसॉफीकल असतात. त्याचे एक उदाहरण त्यांनी असे सांगितले की पटदीप राग वाजवताना अमुक एक स्वर त्याचे चलन कसे असेल याविषयी त्यांना काही प्रश्न होता. हा प्रश्न एक प्रकारे तांत्रिक नव्हता. त्या प्रश्नाबद्दल

त्यांनी त्यांचे गुरुजी हरिप्रसादजी यांच्याकडे विचारणा केली. एका सत्रामध्ये हरिप्रसाद यांनी त्याबद्दलचे विवेचन केले. नवीन राग तयार करणे किंवा जोड राग करणे हासुद्धा एक प्रकारे तत्त्वज्ञानाचा अविष्कार आहे. असलेल्याच रागातील चलनामध्ये एखादा नवीन स्वर आल्यानंतर त्यामध्ये कोणता भाव उत्पन्न होतो याबद्दलचे चिंतन करून त्या रागाची निर्मिती करणे याच्यातील आनंद हा काही वेगळाच असतो. करोनाच्या सुरुवातीच्या काळात लेह लडाखमधील एका छोट्या गावात तीन आठवडे त्यांचे वास्तव्य होते. ते ज्या ठिकाणी राहत होते ती जागा जवळपास निर्मनुष्य होती. ते स्वतः ज्या ठिकाणी राहत होते त्या ठिकाणी व्यवस्था पाहणारा त्या घरातला एक माणूस आणि मिलिंद असे दोघेजणच रहात होते. एकदा सकाळी कधीतरी त्यांना भैरव राग वाजवत असताना काही नवे सुचले व नवीन रागाची निर्मिती झाली.

संगीत क्षेत्रातील प्रत्येक कलाकाराला लोकांपर्यंत पोहाचण्याचे महत्त्वाचे साधन म्हणजे प्रसारमाध्यमे. २००० पासून मिलिंद दाते यांनी स्वतःची वेबसाईट तयार केली आहे. या वेबसाईटच्या माध्यमातून भारत व भारताबाहेर त्यांच्या रसिकांपर्यंत ते सहज पाहोचू शकतात. या वेबसाईटमध्ये त्यांचे मराठी व इंग्रजीतील लेखन आहे. ते स्वतः उत्तम छायाचित्रकार असल्यामुळे त्यांचे छायाचित्रांचे संग्रहही आहेत. त्याशिवाय त्यांनी प्रकाशित केलेले अनेक अल्बम व त्याबद्दलची सविस्तर माहिती आहे. या वेबसाईटमुळेच मौखिक प्रसिद्धीतून अनेक रसिक त्यांना ओळखू लागले.

या सर्व प्रवासात मिलिंद स्वतःचे वर्णन 'मनस्वी' असे करतात. एका विशिष्ट क्षणी अमुक एका गोष्टीचा कंटाळा आला किंवा त्यातून आनंद मिळेनासा झाला की, त्यांनी एक कलाकार म्हणून नवीन कोणतेतरी आव्हान स्वीकारले आहे. एक कलाकार म्हणून उपजीविकेचा प्रश्न हा फारसा भेडसावला नाही हेही ते मोकळेपणे नमूद करतात. एका बाजूला कमी गरजा व अतिमहत्त्वाकांक्षा नसल्यामुळे व दुसरीकडे कामाची गुणवत्ता, बासरी वादनातला त्यांचा दर्जा यामुळे मिळणाऱ्या कार्यक्रमांमुळे हे शक्य झाले. त्यांची पत्नी विनिता या संगणक तज्ञ असून कुटुंब म्हणून त्यांच्या व्यवसायातून मिळणारे उत्पन्न हाही एक आर्थिक पाठिंबा होता. आज मिलिंद दाते यांच्याकडे बासरी शिकण्यासाठी देशातील व परदेशातील मोजकेच शिष्य आहेत. त्यांनी 'मोजकेच' हा शब्द जाणूनबुजून वापरला कारण शिष्यमंडळींची संख्या भरमसाठ वाढवून त्यांच्याकडून शुल्काचे पैसे वसूल करणे असा धंदा करणे हे त्यांच्या स्वभावात नाही. किंबहुना गायन, वादन कला कोणत्याही शुल्काशिवाय द्यायची असते, नवीन चांगल्या शिष्यांकडे सोपवायची असते, अशीच त्यांची धारणा आहे.

इंटरनेट भारतात येण्याच्या सुरुवातीच्या काळात जेंव्हा तो काहीसा महाग

होता तेंव्हा परदेशी शिष्यांना शिकवण्यासाठी इंटरनेटचा खर्च भागावा इतपतच शुल्क ते आकारत असत. आजही नवीन शिष्य घेताना तो किती जास्त फी देईल यापेक्षा त्याची बासरी शिकण्याची काय क्षमता आहे याचाच ते प्रामुख्याने विचार करतात. त्यामुळे केवळ चार-सहाच शिष्य त्यांच्याकडे एका वेळेस शिकत असतात.

शब्दांकन : डॉ. अजित कानिटकर

मुक्तल मवाळ – छायाचित्रण (व्हिडिओग्राफी) व संकलन (एडिटिंग)

तंत्रज्ञ म्हटलं, की एखादी तांत्रिक काम करणारी व्यक्ती डोळ्यासमोर येते. कलाकार म्हटलं, की वादक, नर्तक, चित्रकार, गायक अशा व्यक्ती आठवतात. मात्र तंत्रज्ञ हे खरे पडद्यामागचे कलाकारच असतात हे नक्की. याची साक्ष पटली, ती मुक्तल मवाळ यांच्याशी झालेल्या भेटीमुळेच.

नेहमीच पडद्यामागे असलेल्या मुक्तलताई खऱ्या कलाकारच आहेत. छायाचित्रण (व्हिडिओग्राफी) व संकलन (एडिटिंग) या दोन्ही क्षेत्रांवर मुक्तलताईंचे प्रभुत्व आहे. अगदी अलीकडच्या काळापर्यंत केवळ पुरुषांची मक्तेदारी समजली जात असलेले हे क्षेत्र. फारच थोडे लोक या क्षेत्राला 'कलाक्षेत्र' म्हणून ओळखतील कदाचित्.

मुक्तलताईंचं पाऊल एकदा स्टुडिओमध्ये पडलं, की हातात घेतलेले काम पूर्ण होईपर्यंत त्या न कंटाळता कॅमेऱ्याच्या मागे उभ्या असतात. काळ, वेळ, भूक, विश्रांती या कशाचाही विचार न करता केवळ कलाकाराच्या नजरेतून त्या कामाकडे पहात असतात. चित्रीकरण करताना अत्यंत तन्मयतेने काम करताना त्या आपल्याला दिसतात.

आमच्या एका कार्यक्रमाच्या रेकॉर्डिंगच्या निमित्ताने माझी व त्यांची प्रथम भेट झाली. कॅमेऱ्यामागे 'कॅमेरावुमन' पाहून खूप छान वाटलंच; पण त्यांच्याशी कधीतरी बोलायचंच हेही मी मनाशी ठरवलं. त्यांच्याशी संवाद साधताना खूप मजा वाटली. ''तुम्ही ठरवून हे व्यवसायक्षेत्र कसं काय निवडलं?'' असं विचारताच त्यांनी सांगायला

सुरुवात केली. मुळात मुक्तलताईंच्या आवडी क्रीडाविषयक होत्या. त्या बास्केटबॉल खेळाचे प्रशिक्षण हुजूरपागा शाळेत घेत होत्या. तिथे त्यांचे प्रशिक्षक होते, श्री. अमृत पुरंदरे. अमृतजींचा स्वतःचा ॲनिमेशन व एडिटिंग स्टुडिओ आहे. एकदा ते खेळाडूंना सहज म्हणाले की, ''येता का स्टुडिओ पाहायला?'' तेंव्हा सर्वच खेळाडू अत्यंत उत्साहात त्यांच्याबरोबर स्टुडिओ पाहायला गेले. त्यात मुक्तलताईसुद्धा होत्या. मुक्तलताईंनी जेंव्हा तिथे पाऊल ठेवलं, तेंव्हा तिथेच त्यांना असं वाटलं, की 'होय. हेच माझं काम असेल. मला हेच काम करायचंय.'

''आपण अगदी सहजपणे म्हणतो, की अमुक एक चित्रपट या दिग्दर्शकाचा, एखाद्या नटाचा अथवा एखाद्या नटीचा आहे. खरंतर तितकाच तो संकलकाचा ही असतो! कारण कोणतीही सुंदर कलाकृती तयार होण्याआधी खूप पूर्वतयारी करावी लागते, हेही खरंच.'' मुक्तलताई भरभरून सांगत होत्या.

मी पुढचा प्रश्न केला. मी विचारलं की, ''संकलन किती महत्त्वाचं आहे हो?'' त्यावर त्यांनी मला प्रतिप्रश्न केला. त्यांनी मला विचारलं की, ''तुम्ही शोले चित्रपट पाहिला आहे ना?'' मी म्हटलं की, ''अहो, अनेक वेळा पाहिलाय. पण का?'' लगेच त्यांनी पुढे विचारलं, ''सांगा मग. या चित्रपटाला पुरस्कार कशासाठी मिळाला?'' मी निरुत्तर!! त्या म्हणाल्या की, ''अत्यंत लोकप्रिय ठरलेल्या या चित्रपटाला संकलनासाठीचा पुरस्कार मिळाला आहे!'' मला वाटतं संकलन किती महत्त्वाचं आहे याची खात्री पटण्यासाठी हे उदाहरण पुरेसं आहे.

मुक्तलताईंनी चित्रीकरणापासून आपल्या कारकिर्दीची सुरुवात केली. मात्र आता त्या पूर्णवेळ 'संकलक' म्हणूनच काम करतात.

एखादी फिल्म कशी तयार होते त्याची कथा फारच उत्कंठावर्धक आहे. प्रथम एखादी कथा हाती येते. त्या कथेचं वाचन केलं जातं. त्यानंतर संहिता तयार होते. संहितेवरून पटकथा बेतली जाते. मग त्याचं चित्रीकरण होतं. त्यानंतर त्याचं संकलन केलं जातं.

कॅमेरा लावण्यापासून संकलनापर्यंतची सर्व कामं मुक्तलताई अगदी लीलया करतात. ज्या-ज्या प्रसंगांचं चित्रीकरण झालं आहे, त्या-त्या प्रसंगांचं संकलन करणं, हे खूप जोखमीचं काम आहे. समग्र विचार करून चित्रीकरणातले कोणते प्रसंग घ्यायचे, किती भाग घ्यायचा, कसा घ्यायचा याची दृष्टी संकलकाकडे असायला पाहिजे. मुक्तलताई म्हणतात की, ''कामात सचोटी, प्रामाणिकपणा असायलाच हवा. चित्रीकरणाचं, संकलनाचं तसेच चित्रपटाशी निगडित सर्वच बाबींचे तंत्र

अवगत असायला हवं. चित्रीकरण, संकलन हे शास्त्रशुद्ध तंत्र आहे. ज्याला या क्षेत्रात यायचं आहे, त्यांनी ते अवगत करायलाच हवं.''

हे क्षेत्र कलाधारित आहे. लेखकाच्या मनातले विचार, संहिताकाराचं कौशल्य, पटकथा लेखकाचे मत, दिग्दर्शकाच्या नजरेतून दिसणारी दृश्यं आणि प्रत्यक्ष झालेलं चित्रीकरण या सगळ्याचा एकत्रित विचार करून त्यात योग्य ते बदल करून कलाकृतीला अंतिम रूप देणं हे संकलकाचं मुख्य काम आहे.

मुक्तलताईंच्या कामातून दृश्य परिणामकारकता साधण्याचं त्यांचं कौशल्य दिसतं. या कौशल्याला त्यांनी अपार कष्टांची जोड दिली आहे. कुटुंबियांचा या क्षेत्रात काम करायला जरी विरोध नसला, तरीही काही वेळा सणसमारंभांना त्यांनी उपस्थित राहावं अशी अपेक्षा व्यक्त केली जात असे. ती गैरही नाही. मुक्तलताई सर्व आप्तस्वकीयांच्या संपर्कात आहेत. मात्र त्या आपल्या कामाला प्राधान्य देतात. दिवसाचे १२ ते १४ तास त्या समर्पित भावाने काम करत असतात.

मुक्तलताईंचा या क्षेत्रातील अनुभव प्रचंड आहे. मी त्यांना विचारलं की, ''तुम्ही स्वतंत्रपणे पहिलं काम कोणतं केलं?'' त्यावर त्या म्हणाल्या की, ''तीही एक गंमतच आहे. माझे क्रीडा प्रशिक्षक श्री. अमृत पुरंदरे यांच्या स्टुडिओत मी प्रथम अकाऊंटसचं काम पाहात होते. कामाचा तेथील पसारा हळूहळू वाढला. त्यावेळी मला दोन-तीन कामांच्या रेकॉर्डिंगची संधी मिळाली. त्यानंतर पुढे स्वतंत्रपणे माझं काम सुरू झालं.''

नंतर त्यांनी मागे वळून पाहिलंच नाही. त्यांनी केलेल्या चित्रीकरणाच्या दोन फिती पुण्यातील 'फिल्म आरकाईव्ह' इथे जतन झालेल्या आहेत, तर एक फीत 'फिल्म म्युझियम' (वेस्टर्न झोन) इथे संग्रहित केलेली आहे. मुक्तलताईंचं संकलक होण्याचं स्वप्न होतंच. हळूहळू त्यांच्याकडून उत्तमोत्तम कलाकृती घडत गेल्या.

व्यवसाय म्हटलं, की चढउतार आलेच. अनेक प्रकारची माणसं व्यवसायात भेटतात. विविध अनुभव येतात. मुक्तलताईंना मी जेंव्हा विचारलं की, ''तुमच्या लक्षात राहील असा एखादा अनुभव कोणता?'' त्यावर त्या म्हणाल्या की, ''एकदा त्यांनी एका प्रसिद्ध सरकारी बांधकाम कंपनीसाठी सहा-सात चित्रफिती तयार केल्या. मात्र त्यातील एकही फीत स्वीकारली गेली नाही. त्यामुळे प्रचंड आर्थिक नुकसान तर झालंच, पण मनुष्यबळाचेही नुकसान होऊन मनस्ताप झाला. कारण काम सुरू होण्यापूर्वी समोरच्या व्यक्तीच्या अपेक्षा विचारल्या गेल्या होत्या, विचारविनिमय झाला होता. तरीही असा अनुभव आला.''

दुसरा अनुभव फारच चित्तथरारक होता. किर्लोस्करांच्या देवास येथील

कारखान्याला भेट देण्याची संधी त्यांना मिळाली. तिथे लोखंडाचा रस जवळजवळ बाराशे डिग्री सेंटीग्रेडला उकळत असतो. फर्नेसचे उंचावरील झाकण बाजूला करून चित्रीकरण करण्याची परवानगी ताईंनी घेतली. मोठी जोखीम पत्करून त्या लालबुंद उकळत्या लोखंडी रसाचे चित्रीकरण करण्याचे धाडस त्यांनी सहज दाखवलं!

आणखी एक आठवण म्हणजे 'वेस्टर्न आऊटडोअर' हे ध्वनिमुद्रणासाठी एकेकाळी सुप्रसिद्ध असलेले मुंबईतील हे ठिकाण. या संस्थेशी श्री. अमृतजी जोडलेले होते. त्यामुळे तिथे येणाऱ्या प्रथितयश व तज्ज्ञ लोकांबरोबर मुक्तलताईंना काम करता आले व शिकताही आले.

मुक्तलताईंनी या विषयाचा कोणताही औपचारिक अभ्यासक्रम पूर्ण केलेला नाही. मात्र अफाट वाचन करत, निरीक्षण करत व अनुभव घेत त्या यशस्वी वाटचाल करत आहेत. इतक्या वर्षांच्या अनुभवसंपन्नतेतून आता मुक्तलताई स्वतःचा एडिटिंग स्टुडिओ सुरू करत आहेत हे खूपच कौतुकास्पद आहे. जिद्द, चिकाटी, कष्टाची तयारी ही त्रिसूत्री घेऊन काम करणाऱ्या मुक्तलताईंना आपण लवकरच जरूर भेटूया – पुण्यातील त्यांच्या नवीन स्टुडिओत !

शब्दांकन– सुश्री. अदिती अत्रे

ऋचा उमेश तांदुळवाडकर – सजावट व्यवस्थापन

व्यवस्थापनामधले नावाजलेले गुरू आहेत पीटर ड्रकर. त्यांच्या मतानुसार उद्योजक हा नेहमी नव्या संधींच्या शोधात असतो आणि अशी एखादी संधी मिळाल्याबरोबर तिचे सोने करत असतो. तसेच काही संधी या चालून येतात तर काही निर्माण कराव्या लागतात आणि त्या निर्माण होण्यासाठीसुद्धा योग्य वेळ यावी लागते. मुळातच कलाकारी वृत्ती आणि सतत काहीतरी नवीन करण्याची उर्मी असलेल्या मलासुद्धा अशीच स्वतःच्या छंदातून व्यवसाय करण्याची संधी मिळाली. कशी ते जाणून घेऊया माझ्या या उद्योजकतेच्या प्रवासातून!

माझ्या आईला मी लहानपणापासून रांगोळी काढताना, चित्र काढताना किंवा कपड्यावर कशिदा काम करताना बघायचे आणि त्यातूनच माझ्यावर कलेचे संस्कार घडत गेले. माझ्यात असलेली कलेची आवड निर्माण होण्यास सर्वतोपरी माझ्या आईचीच शिकवण आहे हे मान्य करताना मला अभिमान वाटतो.

हळूहळू मी आईकडून शिकत गेले. सफाईदार सुंदर रांगोळी काढण्यापासून सुरुवात झाली आणि अंगी उपजतच कलेची जाण असल्यामुळे मी समोर येईल ती नवी गोष्ट शिकण्याचा प्रयत्न करत राहिले. असे करता करता मला कागदापासून फुले तयार करण्याची आवड लागली. मग मी निसर्गाशी एकरूप होण्याचा प्रयत्न करू लागले. फूल तयार होण्यापूर्वी कळी कशी असते? तयार झालेले फूल कसे दिसते?

त्याचे पान कसे असते? या सर्व गोष्टींचे निरीक्षण करून ते फूल, त्याची पाने कागदी रूपात बनविण्याचा मला छंदच लागला.

मधल्या काळात शिक्षण सुरूच होते. मी एम्.बी.ए. झाले. कॉलेजमध्ये नोकरीस लागले. त्यानंतर मी पी.एच्.डी. पदवी मिळविली. व्यवसाय कसा करायचा याचे शिक्षण मी माझ्या विद्यार्थ्यांना देत होते. छंदातून व्यवसाय कसा करायचा याची अनेक उदाहरणे विद्यार्थ्यांना देतानाच माझ्यापुढे असा विचार आला की आपण व्यवसायाबद्दल जर शिकवत आहोत तर आपणच का व्यवसाय करू नये? कारण मलाही अशाच एका छंदाची आवड खूप पूर्वीपासून आहे. आपल्याला कागदापासून फुले बनविता येतात. मग त्याचाच व्यवसाय आपण का करू नये? आणि त्यातूनच मग 'वेदाज् फ्लॉवर लायब्ररी' ही संकल्पना सुचली. कागदी फुलांच्या अरेंजमेंट तयार करायच्या आणि त्या लायब्ररीद्वारे ग्राहकांच्या ऑफिस, क्लिनिक्स, हॉस्पिटल, बँका इत्यादी ठिकाणी जाऊन दर पंधरा दिवसांनी बदलायच्या. ही संकल्पना अहमदनगरमध्ये पूर्णतः नवीन होती. अर्थात, मी हे सगळे नोकरीत राहूनच करणार होते. अशा वेळी माझ्या पतींची मला मदत झाली. घरातून सासूबाईंचाही आधार व पाठिंबा मिळाला.

फ्लॉवर लायब्ररी हळूहळू आकार घेत होती आणि ती घेत असताना ग्राहकांकडून वेगवेगळ्या फुलांच्या बुकेची मागणी व्हायला लागली. ''फक्त फुलांचे बुके रेंटवर देण्याऐवजी तुम्ही ते विकत का नाही? प्रत्येकाला रेंटने हवे असतीलच असे नाही.'' अशी मागणी ग्राहकांकडून यायला लागली आणि ती मागणी मी उचलून धरली आणि 'वेदाज् फ्लॉवर लायब्ररी'च्या प्रॉडक्ट्स मध्ये अजून एका उत्पादनाची भर पडली. ग्राहकांना आवडतील असे, त्यांना पाहिजे त्या किंमतीचे, विविध रंगांच्या फुलांचे बुके तयार करून द्यायला सुरुवात केली.

एकेक पायरी चढत असताना इंटरनेटचा आधार घेत, नवीन नवीन फुलांचे प्रकार मी शिकत होते. स्वतःच्या व्यवसायात यशस्वी व्हायचे असेल तर सतत नावीन्याचा ध्यास घ्यावा लागतो, हे माझ्या व्यवस्थापनाच्या विद्यार्थ्यांना दिलेले धडे मी स्वतः आत्मसात करत होते. आणि इंटरनेटच्या सहाय्याने नवनवीन प्रयोग करत होते. व्यवसाय वाढीच्या दृष्टीने कागदी फुलांबरोबरच कृत्रिम फुलांचा देखील व्यवसाय सुरू केला. हँडमेड फुलांची लायब्ररी, फुलांचे बुके, इंटेरिअर डेकोरेशन, मॅरेज, एंगेजमेंट, समारंभ इत्यादींसाठी डेकोरेशन अशा यशाच्या एकेक पायऱ्या पादाक्रांत करता करता आता मी संपूर्णपणे इव्हेंट मॅनेजमेंटमध्ये उतरले आहे.

व्यवसाय वाढू लागला. पण त्यासाठी लागणारे मनुष्यबळ मिळत नव्हते. मग त्यासाठी प्रशिक्षण सुरू केले. त्यातीलच काही महिलांना काम दिले. परंतु हाताने

करावयाचे काम असल्यामुळे खूप वेळ द्यावा लागतो, चिकाटी लागते आणि त्याप्रमाणात मोबदला मिळत नाही. त्यामुळे कामगार मिळायला खूप अडचणी येतात. मिळाले तरी त्यांच्यात तेवढी चिकाटी नसते, कष्ट करण्याची तयारी नसते आणि मग त्यामुळे ते टिकत नाहीत.

इतर मोठ्या शहरांत याला मागणी आहे. पण ही सर्व फुले किंवा या पुष्परचना कागदी असल्यामुळे खूप नाजूक असतात. त्यामुळे बाहेरगावी पाठवण्यासाठी खूप कसरत करावी लागते. विशेषतः ट्रान्सपोर्टेशनची मुख्य अडचण येते.

याशिवाय वेगवेगळ्या समारंभांचे व्यवस्थापन करतानाही बऱ्याच अडचणी येतात. कधी कधी रात्री अपरात्री कामे येतात तर कधी सकाळी लवकर पहाटेही कामाला सुरुवात करावी लागते. मग तिथेही आपल्या वेळात कामावर यायला कधी कधी कामगार मिळत नाहीत. समारंभाचे नियोजन करायचे तर बऱ्याच वेगवेगळ्या लोकांबरोबर मेळ बसवावा लागतो. अशा वेळी सगळ्यांशी योग्य संवाद साधून वेळेवर काम करून घेणे खूप गरजेचे असते. त्यातच महाविद्यालयातही काही महत्त्वाचे कार्यक्रम असतील तर दोन्हीच्या वेळा साधताना तारेवरची कसरत होते.

अशा वेळी कधी कधी एक कुठलीतरी गोष्ट सोडून द्यावी असे वाटते. पण ते नैराश्य थोड्याच वेळापुरते असते. माझी पॅशन माझ्या नैराश्यावर मात करते आणि मी पुन्हा नवीन ऊर्जेने काम सुरू करते. या सगळ्या प्रवासामध्ये माझ्या घरच्यांनी दिलेली साथ खूपच मोलाची होती आणि आहे. माझी स्वतःची कॉलेजची नोकरी चालू होती. त्यातील वेळ व व्यवसायाची वेळ सांभाळताना अनेकदा कुटुंबासाठी वेळ देता येत नाही. खास करून माझी मुलगी वेदिका हिच्यासाठी वेळ देता येत नाही याची खंत मनामध्ये होती. पण त्यातूनही मार्ग काढत व्यवसायावर लक्ष दिले. कारण तिने देखील मला समजून घेऊन सहकार्य केले. व्यवसाय तर वाढत होता आणि माणसे कमी पडत होती. मग पतींनी संपूर्णपणे साथ द्यायचे ठरवून स्वतःच्या नोकरीचा राजीनामा देऊन पूर्णवेळ व्यवसाय सांभाळण्याचा निर्णय घेतला.

प्रत्येक क्षेत्रात आजकाल स्पर्धा ही असतेच. पण आपण जे काही काम करत आहोत ते उत्कृष्ट दर्जाचे करण्याचा माझा प्रयत्न असतो. आणि त्यामुळेच मी ह्या व्यवसायात गेल्या आठ वर्षात यशस्वी झाले आहे. साठ टक्के व्यवसाय हे सीजनवर अवलंबून असतात. त्यानुसार मागणी कधी खाली, कधी वर हे चालूच असते. आज-काल इंटरनेटमुळे अक्षरक्षः काही सेकंदात तुम्ही जगाच्या एका कोपऱ्यातून दुसऱ्या कोपऱ्यात जाऊ शकता. माझ्या मते, कलेत नावीन्य मिळवण्यासाठी, त्यात वैविध्य आणण्यासाठी किंवा अद्यावत राहण्यासाठी मला त्याचा भरपूर उपयोग होतो.

या व्यवसायात कष्ट जरूर आहेत. पण प्रयत्नांची योग्य सांगड घातली तर यातून यशही नक्कीच मिळेल. नवीन कलाकारांना जर हा उद्योग सुरू करायचा असेल तर त्यांनी नावीन्याची कास धरून, चिकाटी आणि सातत्य ठेवले तर यश नक्की मिळेल.

कागदी फुलांबरोबरच निरनिराळ्या कापडी फुलांची मागणी पण सध्या वाढत आहे. त्यांना बाजारपेठेत चांगली मागणीही आहे. सोशल मीडियाच्या माध्यमातून यातल्या नव्या नव्या संकल्पना माहीत होतात आणि राबवताही येतात. पण त्यासाठी तुमची सगळीकडे सतत चौफेर नजर हवी, शिकण्याची तयारी हवी. नव्याने कलेच्या क्षेत्रात येणाऱ्यांना किंवा त्या माध्यमातून अर्थाजन करू इच्छिणाऱ्यांना माझे एवढेच सांगणे आहे की, उत्कृष्टतेचा ध्यास धरा, संयम ठेवा आणि सर्वात महत्त्वाचे म्हणजे शारीरिक व मानसिक कष्ट करण्याची तयारी ठेवा. तुम्हाला यश मिळाल्याशिवाय राहणार नाही हे नक्की.

लेखन – ऋचा उमेश तांदुळवाडकर

९८५०३७०१४१

रोहित दामले – निसर्गदर्शनकला

रोहित दामले, निसर्गवादी (नॅचरॅलिस्ट), हे ऐकल्यावर कसे वाटते? निसर्गसंवर्धनाच्या चळवळीतील कोणी कार्यकर्ता असावा असं एकदम वाटून जातं. खरंतर चळवळच आहे ही! स्वतःही निसर्गप्रेमात अखंड बुडून जायचं आणि आपल्यासारखंच इतरांनाही त्या वाटेवरचे प्रवासी मित्र करून घ्यायचं.

रोहित दामलेचा आत्ताचा प्रवासही असाच आहे. तो नॅचरॅलिस्ट आहे, म्हणजे निसर्गाच्या सर्व घटकांबद्दल, त्यांच्या एकमेकांशी असलेल्या सहसंबंधांबद्दल इतरांना माहिती देणे हे त्याचे काम आहे. भारतात सध्या २२% जंगले शिल्लक आहेत. त्याचे विविध भाग केले आहेत. जसे नॅशनल पार्क, अभयारण्ये वगैरे. तिथे सफारीसाठी येणाऱ्या पर्यटकांना, निसर्गप्रेमींना, अभ्यासकांना, तसेच फक्त जंगल सफारीचा आनंद ज्यांना लुटायचा आहे अशा सर्वांना रोहित तिथल्या निसर्गाचा परिचय करून देतो. जंगलातील झाडं, फुलं, फळं, पक्षी, प्राणी, डोंगर, दऱ्या, माती, अशा सर्वांचा परिचय करून देण्याचं काम रोहित एक नॅचरॅलिस्ट म्हणून गेली सात वर्षे करत आहे. आज पर्यटकांना खास करून प्राणी, पक्षी यांचे आकर्षण अधिक असतं. कारण आजकाल टीव्हीवर अनेक चॅनेल्स असे आहेत की जे प्राणी, पक्षांबद्दल उत्तम प्रतीचे व्हिडीओज, डॉक्युमेंटरीज दाखवत असतात. त्यामुळे ते प्रत्यक्ष बघण्याचे स्वप्न असते अनेकांचे. हे पर्यटक जंगल फिरण्यासाठी सफारी बुक करतात. या सफारी करत असताना तेथील स्थानिक वातावरण, पर्यावरण याचा

अनुभव पर्यटकांना देणे, तिथल्या विशेष बाबी सांगणे, किंवा विशेष प्राणी, पक्ष्यांच्या प्रजातींची ओळख करून देणे हे नॅचरॅलिस्टचे काम असतं.

त्यामुळे निसर्गाबद्दल ज्यांना जाणून घ्यायची उत्सुकता आहे, किंवा ज्यांना काहीच माहिती नाही, अशा सर्वांना निसर्गाबद्दल अशा पद्धतीने सांगायचे की ती सफारी त्यांचासाठी संस्मरणीय ठरेल, हे नॅचरॅलिस्टचे काम आहे. रोहित हे काम अत्यंत भक्ती, समर्पण भावाने करत आहे. यातून अंतिमतः निसर्ग संवर्धन व्हावे हीच इच्छा आणि हेतू आहे. जेंव्हा तो सफारीला आलेल्या पर्यटकांना प्राणी, पक्षी, निसर्ग यांची माहिती देतो तेंव्हा पर्यटकांच्या मनात निसर्ग संवर्धनाची जागृती आपोआपच निर्माण होते.

कोणतेही काम जेंव्हा भक्ती, समर्पण भावनेने केले जाते तेंव्हा ते काम अगदी हृदयाजवळचे असते व बहुतांश वेळेला ते कला, छंद, आवड यातूनच सुरू झालेले असते. रोहितची कथाही अशीच आहे. दहावीच्या सुट्टीत रोहितचा 'त्याच्यातल्या' या निसर्गवादी व्यक्तिमत्त्वाचा परिचय झाला. घरातला जुना डीएसएलआर कॅमेरा घेऊन फोटो काढायची त्याने बाबांकडून परवानगी घेतली आणि त्याच्या जगण्याची दिशाच बदलून गेली. मामाचा सल्ला घेऊन एका मित्राबरोबर तो प्रथमच सिंहगड व्हॅली मध्ये गेला. पहिल्याच फेरीत 'स्वर्गीय नर्तक' किंवा 'दुधराज' नावाचा अतिशय सुंदर पक्षी त्याने कॅमेरात टिपला. यानंतर सुरुवात झाली ती विविध पक्ष्यांच्या शोधात हिंडण्याची, विविध पक्ष्यांचे फोटो काढण्याची! हे घडले होते दहावीच्या सुट्टीत. त्यानंतर अकरावी ते बीबीए हे पदवी शिक्षण पूर्ण होईपर्यंत पाच वर्षात रोहितच्या कॅमेरात पुणे आणि पुण्याच्या आसपासच्या परिसरातले तीनशेहून अधिक पक्षी जमा झाले होते. त्यासाठी जमेल तेंव्हा, नाहीतर लेक्चर्स बुडवूनही रोहितने छायाचित्रणाची ही कला एखाद्या साधकाप्रमाणे जोपासली.

तीनशेहून अधिक पक्ष्यांचे फोटो काढून रोहित आधीच पक्षीनिरीक्षक या वर्गात नकळत प्रवेशकर्ता झाला होता. पक्ष्यांबरोबरच, आसपासच्या भागातील काही प्राणीही त्याने कॅमेऱ्यात टिपले होते. परिणामी, परीक्षेत चांगले मार्क्स मिळविण्याच्या अटीवर नॅशनल पार्क किंवा अभयारण्यात जायला घरच्यांकडून परवानगी मिळाली.

बीबीए झाल्यावर या क्षेत्रात प्रवेश कसा होईल याचा विचार करत असताना, त्याला 'ताज सफारीज'च्या प्रशिक्षण कार्यक्रमाची माहिती मिळाली. त्यासाठी त्याने लगेच अर्जही केला. 'नॅचरॅलिस्ट ट्रेनिंग' असाच हा कार्यक्रम होता. प्रत्येकाकडून त्यांनी बायोडेटा मागितला होता. रोहितची या प्रशिक्षण कार्यक्रमासाठी निवड झाली. रोहितने काढलेले पक्ष्यांचे फोटो हा त्याच्या प्रोफाइल मधला स्ट्राँग पॉईंट ठरला असावा.

कान्हा अभयारण्यात हे प्रशिक्षण होते. पहिल्या टप्प्यात गट सत्रे, सादरीकरण, फीडबॅक सत्र अशी साधारण रचना या प्रशिक्षणाची होती. फीडबॅक हा दोन तासांचा असायचा. त्यातूनच अगदी उच्चारापासून ते नेमकी काय माहिती या सादरीकरणामध्ये दिली आहे ते सर्व तपासले जायचे. एक महिन्याच्या प्रशिक्षणानंतर वीस पैकी फक्त चार लोक उरले. त्यांचे दुसऱ्या टप्प्यातले नऊ महिन्यांचे प्रशिक्षण सुरू झाले. या काळात प्रत्यक्ष पर्यटकांबरोबर सफारीचा अनुभव, तसेच जंगल, निसर्ग यावरील अत्यंत तपशीलवार सादरीकरणे, त्यावर बारकाईने फीडबॅक असे सर्व रोहितने अनुभवले. त्यानंतर क्वालिफिकेशन या टप्प्यात प्रशिक्षकांबरोबरची सफारी अशी जणू परीक्षा होती. सर्व प्रशिक्षकांनी फक्त माहिती द्यायची असे नव्हे तर ती सफारी त्यांच्यासाठी रंजक झाली पाहिजे असाही निकष या टप्प्यात होता. आणि पहिल्याच सफारीत रोहितने हा टप्पाही पार केला.

मुळात इथे फक्त एक तज्ज्ञ किंवा माहिती देणारा नको असतो, तर ज्याच्याकडे जंगलाविषयी पर्यटकांना उत्साहाने आणि नवनवीन रंजक पद्धतीने भरभरून माहिती देण्याची कला आहे आणि तीव्र इच्छा आहे, अशा व्यक्तीची गरज असते. असे जो करू शकतो तोच या प्रोफेशन मध्ये टिकू शकतो, रमू शकतो, आणि त्यात सतत प्रगती करू शकतो. रोहितच्या सर्व कथेमध्ये हा भाग खूप प्रामुख्याने दिसतो. कारण हा त्याचा फक्त व्यवसाय नव्हता तर तो त्याचा छंद, पॅशन होती आणि आजही आहे.

'ताज सफारीज' बरोबर रोहितने २०१८ पर्यंत काम केले. ती त्याची एकप्रकारे नोकरी होती. मग त्याला वाटले की आपण स्वतंत्रपणे हे काम करावे. तेंव्हा त्याने ही नोकरी सोडली आणि 'निसर्गवादी गाईड' असा त्याचा स्वतःचा व्यवसाय त्याने सुरू केला. आज रोहितने सोशल नेटवर्कवर स्वतःची 'सफारी विथ रोहित' अशी एक छान ओळख निर्माण केली आहे. स्वतःचा व्यवसाय उभा करताना आपल्या कामाचं ब्रँडिंग करणं अत्यंत आवश्यक असतं. तिथे त्याचे फोटोग्राफ्स आणि व्हिडीओज त्याची वेगळी ओळख करून देण्यासाठी उपयोगी पडतात.

या सगळ्यासाठी रोहितच्या घरच्यांची त्याला छान साथ होती. अर्थातच करिअरची वेगळी वाट म्हणून जवळच्या नातेवाईकांनी त्याला सुरुवातीला नक्कीच प्रश्न विचारले. पण आज त्याच्या आईबाबांपासून ते नातेवाईकांपर्यंत सगळेच त्याच्याबरोबर जंगल सफारी करायला उत्सुक असतात.

ताज सफारीच्या प्रशिक्षणात त्याच्या कामाची सुरुवात जिप्सीचा चालक म्हणून झाली. त्यामुळे जंगलांचे ज्ञान त्याला झालेच; त्याचबरोबर तिथल्या स्थानिक लोकांचा परिचयही झाला. कोरोनाच्या काळात तो काही महिने अशाच एका गावात

मुक्कामाला होता. तेंव्हा पैसे, इतर सुविधा जवळ नसतानाही तो केवळ व्यवस्थित जगलाच असे नाही तर स्थानिक लोकांच्या मदतीने जंगलाविषयीच्या ज्ञानाने अधिक समृद्ध झाला.

छंदातून व्यवसाय अशा प्रवासात आर्थिक अडचणी येतातच. रोहितच्या या प्रवासात चढ, उतार, खड्डे आहेतच. ठरलेली टूर रद्द झाल्याने होणारे आर्थिक नुकसान हा एक भाग झाला. परंतु त्याचबरोबर रद्द झालेल्या टूरचे रिकामे दिवस 'सोसणे' व त्यातून पुन्हा नव्या उत्साहाने उभे राहणे हे आव्हानही रोहितने लीलया पेलले आहे. अशा प्रसंगी पुन्हा नोकरी करण्याचा विचार मनात येणे शक्य असते. पण रोहित अजून अगदी तरुण आहे, घर संसाराची तशी जबाबदारी नाही, शिवाय कुटुंब खंबीरपणे त्याच्या पाठीशी उभे आहे म्हणून तो असा विचार करीत नाही. आपला व्यवसाय आपल्या सृजनशील नियोजनावर कायम आधारित आहे हे रोहितला छान उमजून आले आहे.

आपल्याला दहावीतच हे समजले असते तर फार वेगळ्या पद्धतीने आपण घडलो असतो असे मात्र रोहितला मनापासून वाटते. त्यामुळे नवीन पिढीला नॅचरलिस्ट या व्यवसायाबद्दल शालेय वयात कळावे असे त्याला नक्की वाटते. शिवाय आज 'ताज सफारी' सारख्या इतर कंपन्याही या प्रशिक्षणामध्ये आहेत. परदेशांमध्ये काही प्रगत अभ्यासक्रमही आहेत. त्याबद्दल लहानवयातच मुलांना माहिती मिळावी असेही त्याला वाटते. त्याबद्दल त्याच्या सफारीतून तो बालगोपाळांशी बोलत असतो.

या क्षेत्रातील स्पर्धेचा रोहितने कधीच बाऊ केला नाही. जेंव्हा तो प्रशिक्षणासाठी निवडला गेला तेंव्हासुद्धा तो त्या बॅचमध्ये सर्वात लहान होता. शिवाय बाकीचे काही लोक जीवशास्त्र, प्राणिशास्त्र तज्ज्ञ होते, विद्यावाचस्पती होते. पण अंतिम प्रशिक्षणासाठी निवडल्या गेलेल्या चार जणांत तो होता. याचे कारण हा व्यवसाय करण्यासाठी फक्त फायदा-तोटा आणि व्यवहाराचे उत्तम ज्ञान पुरेसे नसते. त्यासाठी तुम्हाला निसर्गाचं वेड असावं लागतं; प्राण्यांबद्दल, पक्ष्यांबद्दल माहिती सांगताना एक सौहार्दपूर्ण भाव मनात असावा लागतो आणि हे तेंव्हाच घडतं जेंव्हा आपल्या व्यवसायावर आपले एक कलाकार म्हणून प्रेम असेल. या व्यवसायात जर तुम्ही समर्पण भावनेने उतरलात तर स्पर्धा तिथेच संपते आणि तुम्ही एकमेवाद्वितीय होता.

म्हणूनच आज इतरांना जंगलाची उत्तम सफर घडवणारा रोहित 'जिंदगी एक सफर हे सुहाना' म्हणत कायमच पुढे जात राहील ही खात्री आहे.

शब्दांकन - डॉ. पल्लवी कासंडे

(श्री. रोहित दामले यांच्या कथनानुसार)

विजय कानडे – शिल्पकला

लहानपणी शालेय जीवनात दरवर्षी दिवाळी अगोदर सहामाही परीक्षेच्यावेळी कार्यानुभव विषयात मातीच्या वस्तू घरून बनवून आणा असे सांगत. तेव्हा मातीची फळे, घर, टेबल, खुर्च्या इत्यादि वस्तू मी बनवत असे. त्या वस्तू इतक्या चांगल्या होत असत की शाळेतील सर विचारत की, ''नक्की या वस्तू तूच बनवल्या आहेस ना?''

या वस्तू चांगल्या होण्यामागील कारण असे की, मी जी माती या वस्तूंसाठी वापरत असे ती माती आमच्या शेजारच्या कॉलनीतील कुंभाराकडून आणत असे. मी त्यांच्याकडे जेंव्हा कधी जात असे तेंव्हा ते सतत कार्यमग्न असत. त्यांच्याकडेच मी पहिल्यांदा पाहिले की माठ, बोळके, पणत्या, दिवे, मातीचे बैल, देवीच्या मूर्ती, गणपती कसे बनवतात.

ज्याप्रमाणे मी मातीच्या वस्तू बनवत असे त्याप्रमाणे चित्र काढण्यातही माझा नेहमी सहभाग असे. माझ्या प्रत्येक विषयाच्या वहीत काहीना काही चित्रं आणि रेखाटने असत. अभ्यासात कमी, आणि चित्रकलेत अधिक लक्ष असल्यामुळे घरच्यांचा ओरडा आणि कधी कधी धुलाई झालेली आजही आठवते. चित्रकलेत मला प्रोत्साहन देणारे आणि योग्य मार्गदर्शन करणारे आमच्या शाळेतील कलाशिक्षक श्री. अनिल काळे सर यांचा मी कायम ऋणी राहीन.

माझी चित्रकलेतील आवड पाहून काळे सरांनी मला नगर मधील सुप्रसिद्ध

चित्रकार व शिल्पकार श्री. प्रमोदजी कांबळे सर यांची भेट घेण्यास सांगितले. आठवीत असताना एके दिवशी माझे मामा आणि मी कांबळे सरांच्या स्टुडियोवर गेलो. त्यांचा स्टुडियो पाहून मी तर नि:शब्द झालो होतो. मोठमोठे पुतळे, देवांच्या मूर्ती, अवाढव्य प्रमाणबद्ध प्राणी पाहून मी अतिशय भारावून गेलो होतो आणि त्याच दिवशी मला प्रथमच असे वाटले की आपणसुद्धा अशा मूर्ती, पुतळे बनवायला शिकायला हवं. कारण, मला या गोष्टीची जाणीव झाली होती की आपल्यामध्येसुद्धा ही कला आहे. चित्रकला आणि मातीकाम आवडते हे तर शाळेत असतानाच कळले होते. पण कांबळे सरांचा स्टुडियो पाहिल्यावर समजले की पुढे यातच आपण काम करू शकतो. स्टुडियो पाहिल्यावरच या कलेचे स्वरूप आणि व्यापकता किती मोठी आहे हे समजले आणि यातूनच मला कलाकार होण्यासाठी प्रेरणा मिळाली.

पुढे बारावीनंतर मी आर्ट टिचर डिप्लोमा करण्याचे ठरले. त्यासाठी नगरमध्ये एका खाजगी संस्थेत प्रवेश घेतला. तेव्हादेखील सबमिशनसाठी मातीकामाच्या असाइनमेंट असायच्या. त्या असाइनमेंट मी खूपच आवडीने करायचो. डिप्लोमा करत असताना श्री. प्रमोदजी कांबळे सर यांचे मातीकामाचे प्रात्यक्षिक पाहण्याचा योग आला आणि ते प्रात्यक्षिक पाहून नकळतपणे शिल्पकार होण्यासाठीचा प्रवास माझ्या मनात सुरू झाला.

बारावी झाल्यानंतर मी ठरवलेच होते की मला कला क्षेत्रातच करिअर करायचे. त्यासाठी जे काही शिकावे लागेल आणि जे काही काम करावे लागेल त्यासाठी माझ्या मनाची तयारी मी केली होती. पण कला क्षेत्राबद्दल माझ्या परिचयातील लोकांमध्ये आणि परिसरात अनेकांना काहीच ज्ञान नव्हते. ज्या काही व्यक्तींना कला क्षेत्राबद्दल माहिती होती, त्यांचे ज्ञान फारच त्रोटक आणि चुकीचे होते असे मला जाणवले. कारण आर्ट टिचर डिप्लोमा पूर्ण करत असताना अनेकांनी मला विचारले की, ''कला क्षेत्रात का जात आहेस? तू हे का करत नाहीस? तू ते का करत नाहीस?'' आणि बरंच काही. त्यावेळी माझे मन पण बेचैन होत असे. पण माझे ठरले होते की आपल्याला कलाकारच व्हायचे आहे.

डिप्लोमा पूर्ण केल्यानंतर माझ्यासमोर दोन पर्याय होते. एक म्हणजे शाळेत कलाशिक्षकाची नोकरी करणे आणि दुसरा म्हणजे शिल्पकलेचे शिक्षण घेण्यासाठी नगरमधून बाहेर पडणे. मी दुसरा पर्याय निवडला आणि नाशिकमध्ये के. के. वाघ कॉलेज ऑफ फाईन आर्ट येथे शिल्पकलेच्या पदवी अभ्यासक्रमासाठी प्रवेश घेतला आणि खऱ्या अर्थाने शिल्पकार होण्यासाठीचा माझा प्रवास सुरू झाला.

शिल्पकलेचे शिक्षण घेत असताना बऱ्याच वेळा बाहेरची कामे करण्याची

संधी मिळाली. त्यात पैसे फार मिळत नसत; पण अनुभव बराच हाती पडला. या अनुभवातून बरंच काही शिकायला मिळालं. शिक्षण घेत असताना स्टुडियोवर काम करण्याचा अनुभव फार गरजेचा आणि महत्त्वाचा असतो. कारण मोठमोठी कामं फक्त आर्ट स्टुडियोवरच केली जातात, कॉलेजमध्ये मोठी कामे करता येत नाहीत. मातीकामाच्या असाइनमेंटस् करत असताना लांबी, रुंदी आणि उंची यांची मर्यादा असते.

शिक्षण घेत असताना नाशिक येथील शिल्पकार श्री. संदीप लोंढे सर यांच्या स्टुडियोमध्ये एक वर्ष पार्टटाइम काम करण्याचा अनुभव मी घेतला. त्यांच्याकडे काम करत असताना चांगले पैसेदेखील मिळाले. पण त्यापेक्षा जास्त शिकायला मिळाले ती त्यांची शिस्त, व्यवस्थितपणा आणि कामातील नेटकेपणा. जेंव्हा माझे शिल्पकलेचे शिक्षण पूर्ण झाले आणि मी स्वतः कामे घेऊ लागलो तेंव्हा हा अनुभव माझ्यासाठी खूप महत्त्वाचा ठरला. २०१७ सालापासून मी धायरी, सिंहगड रोड, पुणे येथे फ्रीलान्स आर्टिस्ट म्हणून काम करत आहे.

कलाक्षेत्रातच करिअर करायचे असे जेंव्हा माझे ठरले तेंव्हा सुरुवातीला घरातून थोडा विरोध झालाच होता. पण माझी कलेबद्दलची आवड पाहून घरच्यांचेही माझा निर्णय योग्य आहे यावर एकमत झाले. त्यामुळे कलाशिक्षण घेण्यासाठी घरच्यांची मनधरणी करण्याचा प्रसंगच माझ्यावर आला नाही. मात्र ओळखीचे लोक घरी सांगत की याला आर्ट फिल्डमध्ये का पाठवताय? ते मला काहीतरी दुसरा कोर्स करण्याचा सल्ला देत. पण माझे कुटुंबीय माझ्यामागे ठामपणे उभे होते आणि त्यांच्या पाठींब्यामुळेच मी या क्षेत्रात पाय ठेऊ शकलो. माझ्या आईने आणि भावाने मला पाठींबा दिला. तसेच काही हितचिंतकही आहेत ज्यांनी मला वेळोवेळी पाठींबा दिला आणि बरीच मदत देखील केली.

या क्षेत्रात स्पर्धा व अनिश्चितता आहे हे मला आधीच ठाऊक होते. पण संघर्ष करण्याची तयारी ठेऊनच मी या क्षेत्रात पाऊल ठेवले होते. ‘‘चार वर्षांचे कलाशिक्षण संपले म्हणजे कुठे आपण मायनस मधून शून्यावर येतो’’ असे आमचे सर म्हणायचे. ‘‘आता इथून पुढे मेहनत घेऊन यशाची एक एक पायरी चढायची की नाही हे ज्याचे त्याने ठरवायचे’’ असेही ते म्हणत. त्यामुळे मेहनतीला पर्याय नाही हे प्रत्येक विद्यार्थ्याला समजलेच होते.

या कलेत प्रावीण्य मिळवणे तसे फारच कठीण आहे. पण सततच्या प्रयत्नाने ते साध्य करणे शक्य आहे. खरंतर कलाकारांना प्रत्येक कामात काहीतरी नवीन शिकायला मिळत असतं. प्रत्येक कामाचा अनुभव नवीन असतो. त्यामुळे सतत काम

करत राहणे, मागील कामातील चुका लक्षात ठेवून पुढील कामात सुधारणा करत राहणे, सिनियर आर्टिस्ट लोकांचे मार्गदर्शन घेऊन काम करणे या गोष्टींमुळेच कामात प्रावीण्य येते. या क्षेत्रात अद्ययावत राहण्यासाठी आता तर खूप संधी आहेत. डिजिटल माध्यमातून आपण आपले काम घरबसल्या कुठेही दाखवू शकतो, ऑनलाईन आर्ट एक्झिबिशनमध्ये सहभागी होऊ शकतो.

आर्थिकदृष्ट्या स्थिर होण्यापूर्वी निराशेचे प्रसंग नक्कीच आले. पण त्यातून खचून न जाता त्यावर मार्ग काढत पुढे जात राहिलो. प्रत्येक कलाकाराला वाटत असते की आपल्या कामातून, कलाकृतीतून आपल्याला चांगले पैसे मिळावेत; पण प्रत्येक वेळेस तसेच होईल असे काही नसते. काही व्यक्ति काम करवून घेतात; पण पैसे वेळेवर देत नाहीत किंवा पैसे देतच नाहीत. अशा वेळेस वाद घालण्यात अर्थ नसतो. हे सर्व बाजूला ठेवून नवीन काम करत राहणे हेच कलाकाराच्या हातात असते आणि यातूनच कलाकाराला वाईट प्रसंगांचा विसर पडण्यास मदत होते.

प्रत्येक काम करताना एक नवीन अनुभव असतो, आपण काहीतरी नवनिर्मिती करत आहोत ही भावनाच कलाकाराच्या मनाला आनंदित करत असते. शिवाय आपल्या कलेतून इतरांनाही आनंद मिळतो याचेही समाधान मिळते.

नवीन कलाकारांना एव्हढंच सांगू इच्छितो की, जिद्दीने काम करण्याची तयारी ठेवून या क्षेत्रात आलात तर भविष्य तुमचेच आहे. तुम्हाला हवं ते नक्की मिळेल आणि तुम्हाला कोणीही अडवू शकणार नाही. या प्रवासात तुम्हाला यश आणि अपयश दोन्ही प्रसंगांना सामोरे जावे लागेल. पण अपयश आल्यास नकारात्मक भावना बाजूला सारून अशा प्रसंगांना संधी समजा आणि पुन्हा कामाला लागा.

लेखन : विजय कानडे

शुभंकर सुरज सातव – व्हॉइस ओव्हर अँड डबिंग

मी वेगवेगळे आवाज हुबेहूब काढू शकतो याची जाणीव मला झाली, याचं श्रेय मी माझ्या आई-वडिलांना देतो. मी स्वतःला याबाबत खूप नशीबवान समजतो. आपल्याला नक्की काय आवडतंय? काय करायला जमतंय? कशात आनंद मिळतोय? हे ओळखणं फार महत्त्वाचं असतं.

मी लहानपणापासूनच शिक्षणेतर कार्यक्रमात खूप रमायचो. आणि हेच माझ्या आई-वडिलांनी ओळखलं आणि मला प्रोत्साहन दिलं. अर्थातच याचा श्रीगणेशा झाला तो शाळा, कॉलेज, गणेशोत्सव, नवरात्र याकाळात होणाऱ्या अनेक स्पर्धांमधून. हेच माझं या क्षेत्रातलं पहिलं पाऊल!

तसेच लहानपणी अनेक कार्टून्स, ॲनिमेशन सिरीज बघायचो. त्यामुळे त्यात असलेली पात्रं, त्यांचे विविध आवाज मला खूप आवडायचे. मी त्यांच्यासारखं बोलायचा प्रयत्न करायचो आणि काही अंशी ते मला जमायचं सुद्धा. इतरांना ते आवडायचं. कालांतरानं मला कळत गेलं की हे आपल्याला आवडणारं क्षेत्र आहे. आणि तेंव्हाच मला माझ्यात असलेल्या या कलेची जाणीव झाली असं म्हणायला हरकत नाही.

अगदी लहानपापासूनच मला माणसांच्या आवाजाविषयी खूप आकर्षण होतं. मला लहानपणापासूनच, लोक कसे बोलतात? कोणत्या एका विशिष्ट लकबीने बोलतात? याचं खूप कुतूहल वाटायचं. मला आठवतंय मी चौथीमध्ये होतो तेंव्हा

''नकळत सारे घडले'' हे विक्रम गोखले सरांचं नाटक बघितलं होतं. नाटकाच्या मध्यांतरमध्ये मी माझ्या वडिलांना म्हणालो, ''मला ह्या काकांसारख बोलायचंय.'' तो आवाज मला खूप आकर्षित करून गेला होता. मला वाटतं हाच तो क्षण होता जेंव्हा या क्षेत्राने मला आकर्षित केलं.

लहानपणी मी कार्टून्स सेरीजमधील पात्रांप्रमाणे माझा आवाज बदलायचा प्रयत्न करायचो. पण मोठा झाल्यावर मी नाट्य क्षेत्राकडे वळलो. नशीबाने या क्षेत्रातल्या अनेक दिग्गज लोकांच्या मार्गदर्शनाखाली नाट्य शिबिरांत सहभागी झालो व त्या निमित्ताने अनेक नाट्य संस्थांशी जोडलो गेलो. याची सुरुवात पुण्यामधल्या 'ग्रिप्स थिएटर' मधून झाली. तेंव्हा जे शिकायला मिळालं, जे नाट्य संस्कार झाले, स्वरयंत्रावर जे संस्कार झाले ते या क्षेत्रात पडणाऱ्या माझ्या प्रत्येक पावलाचं सक्षमीकरणच होतं.

फक्त नाटकापुरतेच नाही, तर फोनवर बोलणे, कॉलेजमध्ये एखादं प्रेझेंटेशन देणे, किंवा एखाद्या कार्यक्रमाचे निवेदन करणे याचं माझे आप्तस्वकीय कायम कौतुक करायचे. पण जेंव्हा इतर अनोळखी लोक सांगायला लागले की, ''शुभंकर, तुझ्या आवाजात एक वेगळेपण आहे.'' तेंव्हा मी याच्याकडे गांभीर्याने बघायला लागलो.

टीव्हीवर दिसणाऱ्या जाहिराती आणि त्यापाठीमागे असणाऱ्या आवाजाचं आकर्षण वाढत गेलं. 'सिनेमाचं तंत्र नक्की काय असतं? आपल्याला थिएटरमध्ये ऐकू येणारा आवाज हा नक्की कसा येतो? डबिंग म्हणजे काय?' या गोष्टींबद्दल कुतूहल निर्माण झालं. ते जाणून घ्यायचा प्रयत्न सुरू झाला. आणि इथूनच ही कला आपल्याला आवडते, आपण यात रमतोय याची जाणीव झाली.

खरंतर ही कला मला पैसा मिळवून देईल ह्याची कल्पना आणि अपेक्षा मलाही नव्हती. कारण हे क्षेत्र म्हणावं तसं अजून लोकांसमोर आलं नाही. 'व्हॉईस आर्टिस्ट' फक्त वेगवेगळे आवाज काढतो हाच भ्रम आहे. पण यापलीकडेसुद्धा हे क्षेत्र खूप विस्तारलेलं आहे.

मी ज्या क्षेत्राचा विचार करत होतो त्या क्षेत्रात कोणतीही पदवी उपलब्ध नाही. कोणताही विशिष्ट अभ्यासक्रम नाही. परदेशात जाऊन शिकून येऊन तुमच्या नावापुढे एखादी भरभक्कम पदवी लागेल असंही काही नाही. हा एक आधुनिक काळातला स्वतःचा व्यवसायच आहे. आणि व्यवसायात स्वतः मेल्याशिवाय स्वर्ग दिसत नाही. हेच मला माझ्या आयुष्यात खूप आव्हानात्मक वाटलं. आणि याच व्यवसायातून मी पैसा कमवीन हा निश्चय केला.

ह्या क्षेत्रात तुम्हाला काम मिळवायचं असेल तर एखाद्या प्रॉडक्टसारखा

तुम्हाला तुमचा आवाज विकावा लागतो. हे खूपच नवीन आणि भारी वाटलं. म्हणजे नक्की काय? तर तुम्हाला तुमच्या आवाजाचं शास्त्रोक्त पद्धतीने रेकॉर्डिंग करून ते लोकांना ऐकवावं लागतं. आणि इथूनच माझ्या व्यवसायाची खरी सुरुवात झाली. काहीतरी गुंतवणूक केल्याशिवाय तुम्हाला त्याचा योग्य परतावा मिळत नाही. हा अगदी सरळ साधा नियम डोक्यात ठेवूनच मी पुण्यातल्या एका नामांकित व्हॉईस कल्चर शिकवणाऱ्या 'एके स्टुडिओ'मध्ये प्रवेश घेतला. ज्या माणसाचा आवाज ऐकून मी ह्या क्षेत्रात येण्यासाठी प्रवृत्त झालो त्याच विक्रम गोखले सरांकडून मला व्हॉईस कल्चरचे धडे मिळाले हे खूप सुखावणारं होतं.

सुरुवातीला अर्थार्जनासाठी मी एका ट्रॅव्हल कंपनीमध्ये कुंडलिका राफ्टींगसाठी सेल्स अँड मार्केटिंग एक्झिक्युटिव्ह म्हणून काम करत होतो. जवळपास एक वर्ष नोकरी केली. पण नोकरीमध्ये कधीच मन रमलं नाही. घरात मुळातच नोकरीची पार्श्वभूमी नव्हती. घरच्यांनीही व्यवसायच केला पाहिजे असा आग्रह धरला नाही.

त्यानंतर नोकरी सोडून पूर्णवेळ मी या क्षेत्रात काम करायला सुरुवात केली. सातत्याने प्रयत्न करत राहिलो. स्वतःला अद्ययावत करत राहिलो. आणि मुळातच हातात येईल ते काम मनापासून करत राहिलो. गोष्टी सापडत गेल्या. अनेक नवीन मार्ग मिळत गेले. आणि ह्या क्षेत्रात माझं अर्थार्जन सुरू झालं.

माझ्या निर्णयाला विरोध होण्याचा प्रश्नच नव्हता. मुळात घरातूनच इतका भक्कम पाठिंबा मिळाल्यावर बाकीच्या कोणत्याच विरोधाची चिंता नव्हती. उलट मी करत असलेलं काम ऐकून, बघून त्यावर योग्य ते मार्गदर्शन आणि प्रोत्साहनच दिलं गेलं. या निर्णयाला मला सगळ्यांनीच खूप पाठिंबा दिला. मला माझ्या आई-वडिलांनी प्रत्येक गोष्टीत, माझ्या प्रत्येक विचाराला, प्रत्येक नवीन पाऊल टाकताना प्रोत्साहनच दिलं.

त्याचबरोबर मी जिथे व्हॉईस कल्चरचं शिक्षण घेतलं त्या संस्थेनेसुद्धा खूप मदत केली. तसेच मी ज्या ज्या लोकांसोबत काम करत गेलो, मग ते याच क्षेत्रातील अनुभवी कलाकार असतील किंवा माझे क्लाएंटस् असतील, सगळ्यांनीच खूप मोठा पाठिंबा दिला.

हे क्षेत्र तसं नवीन आहे. हल्लीच्या काळात या क्षेत्राला सुगीचे दिवस येऊ पाहताहेत. याला संपूर्णतः आर्थिक उत्पन्नाचे साधन म्हणून स्वीकारण्याचं धाडस मी केलं. आणि मला त्याचा काहीच पश्चाताप होत नाही.

प्रत्येक क्षेत्रात स्पर्धा असणारच आणि अनिश्चितता कशात नाही ? पण ह्या क्षेत्रात उतरताना, आणि आत्ताही प्रत्येक नवीन काम करताना, नवीन रेकॉर्डिंग

करताना आपण आधीपेक्षा किती सुधारलो आहोत?, आधीपेक्षा एखादी नवीन गोष्ट शिकून आपण पुढे आलो का? याचं भान ठेवणं फार महत्त्वाचं वाटतं. हे क्षेत्र नवीन आहे आणि तुम्ही यात शोधाल, शिकाल तितकं कमी आहे.

अर्थात, रोज तुमच्याकडे काम असणं ही गोष्ट ऐकायला सुखावह वाटते. पण प्रत्यक्ष आयुष्यात व्हॉईस मार्केटमध्ये ते घडणं प्रत्येक वेळी शक्य नसतं आणि तसं घडूही नये. कारण जेव्हा हातात काम नसतं तेंव्हाच कामाची खरी किंमत आपल्याला कळते. त्यामुळे आज माझ्याकडे काम आहे; उद्या नसेल, पण ते मिळेल, याच आशावादवर मी काम करतोय.

कोणत्याही कलेत प्रावीण्य मिळविणे व अद्ययावत राहणे खूप महत्त्वाचं आहे. मला माझे आदर्श नासिरुद्दीन शाह सर यांचे शब्द सांगावेसे वाटतात ते असे, ''मी रोज, आजही नित्य नियमाने माझ्या कलेचा सराव करतो. मी जर सराव नाही केला तर माझी कला माझ्यापासून दूर जाईल की काय, याची मला भीति वाटते.'' इतका मोठा माणूस आजही हाच विचार करत असेल तर आपल्यासारखे नवशिके काय करतील?

प्रा.लक्ष्मणराव देशपांडे म्हणायचे की, ''नटाचं शरीर हे त्याचं वाद्य आहे. ते तासलेलंच असायला हवं.''

त्यामुळे रोज आवाजाचे उपयुक्त व्यायाम करणे, विविध लघुपट बघणे, रेडिओ, टीव्हीवरील जाहिराती ऐकणे, नव्याने बाजारात येत असलेली ऑडीओ बुक्स वाचणे, या इंडस्ट्रीमध्ये वापरल्या जाणाऱ्या महत्त्वाच्या प्रकारांचा सतत सराव करणे, त्या प्रकारांशी (genres) जुळवून घेण्याचा प्रयत्न करणे यासारख्या अनेक गोष्टींचा रोज सराव करतो.

मी आधी म्हणालो तसं, या क्षेत्रात तुमचा आवाज तुम्हाला विकायला लागतो. तोच विकण्यासाठी तुमच्याकडे असलेले तुमचे आवाजाचे नमुने सतत अद्ययावत करणे, एकाच प्रकारामध्ये स्वतःला अडकवून न घेता इतर प्रकार करून बघणे हे फार महत्त्वाचं आहे. आणि सगळ्यात महत्त्वाचं म्हणजे व्हॉइस आर्टिस्टचं काम जरी बोलण्याचं असलं, तरी तो एक उत्तम श्रोता असायलाच हवा. तरच तो अपेक्षित परिणाम साधू शकतो.

सुरुवातीच्या काळात कधी कधी नैराश्य यायचं. अनेक महिने काम नसायचं. प्रत्येक ठिकाणी आज कळवतो, उद्या कळवतो, थोड्या दिवसात कळवितो अशी उत्तरे सतत कानावर पडायची. तेंव्हा आपण नक्की पोटा-पाण्यापुरतं तरी कमवू शकू का? हे आपण करतोय ते नक्की योग्य आहे का? आपले मित्र, सोबती नोकऱ्या करून पुढे चाललेत, आपलं भविष्य नक्की काय? असे अनेक प्रश्न घोंगावून जात. पण

क्षणिक नैराश्याला न घाबरता आपल्या कामावरची श्रद्धा आणि प्रेम अबाधित ठेवणं आपल्याच हातात असतं. मी तेच केलं.

आपल्याला आवडणाऱ्या क्षेत्रात आपण काम केलं तर आनंद आणि मिळणारं समाधान निश्चितच काही वेगळंच असतं. मी खूप नशीबवान आहे. कारण, मला आवडणाऱ्या क्षेत्रातच मी काम करतोय आणि त्यासाठी मला माझ्या घरच्यांचा खूप भक्कम पाठिंबा आहे.

जेंव्हा एखादं रेकॉर्डिंग तुम्ही मनापासून करता, शंभर टक्के झोकून देऊन काम करता, तेंव्हा समोरून तेवढ्याच आपुलकीने मिळणारी दाद खूप सुखावून जाणारी असते. तिथे चार पैसे कमी मिळाले तरी दुःख होत नाही, तर काम केल्याचं आणि आपलं काम समोरच्यांपर्यंत पोहोचण्याचं समाधान जास्त असतं. जेंव्हा स्वतः रेकॉर्ड केलेली एखादी जाहिरात टीव्हीवर दिसते, तुमचे मित्र, नातेवाईक तुम्हाला फोन करून सांगतात, ''अरे, तुझी जाहिरात ऐकली. छान वाटलं तुझा आवाज ऐकून'' तेंव्हा मिळणारा आनंद काही वेगळाच असतो. ज्यांच्या पाठिंब्यामुळे मी या क्षेत्रात काम करू शकतोय, ते माझे आई वडील जेंव्हा लोकांना, त्यांच्या मित्रांना अभिमानाने सांगतात की, ''अमुक ब्रँडच्या जाहिरातीला माझ्या मुलानं आवाज दिलाय'' तेंव्हा त्यांच्या चेहऱ्यावर दिसणारा आनंद आपण करत असलेल्या कामाचा आशीर्वादच असतो.

मी तसा अजून नवोदितच आहे. पण माझ्या मित्रांना एवढेच सांगेन की आयुष्यात तुम्हाला जे आवडतंय तेच करा. कोणत्याही भूलथापांना बळी पडून, या क्षेत्रात दिसणाऱ्या ग्लॅमरला भुलून इकडे येऊ नका. तुमच्या नशीबात जेवढं लिहिलेलं आहे ते तुम्हाला मिळाल्यावाचून राहणार नाही. प्रामाणिक आणि अथक प्रयत्न हेच आपलं प्राथमिक कर्तव्य.

शेवटी पु.ल. देशपांडे याचं म्हणणं मनावर कोरून ठेवा.

''उपजीविकेसाठी आवश्यक असणाऱ्या विषयाचे शिक्षण जरूर घ्या. पोटापाण्याचा उद्योग जिद्दीने करा; पण तेवढ्यावरच थांबू नका. साहित्य, नाट्य, चित्र, शिल्प, संगीत, यातल्या एखादया तरी कलेशी मैत्री जमवा. पोटापाण्याचा उद्योग तुम्हाला जगवेल; पण कलेशी झालेली मैत्री तुम्ही का जगायचे हे सांगून जाईल.''

लेखन – शुभंकर सातव

सई रत्नपारखी – फॅब्रिक पेंटिंग

पेंटिंग ही कला लहानपणापासनूच माझ्यामध्ये होती. वेगवेगळ्या कलात्मक गोष्टी बनवणे, ग्रीटिंग कार्ड तयार करणे, फॅब्रिक पेंटिंग, पॉट पेंटिंग करून अशा वेगवेगळ्या वस्तू आपल्या नातेवाईकांना, मित्र मैत्रिणींना भेट देणं ही माझी अगदी नेहमीची सवय होती.

कलेची आवड तर मला अगदी सुरुवातीपासनूच होती. त्याच्यामध्ये मी खूप रमत असे. जेंव्हा मला मोकळा वेळ मिळत असे तेंव्हा मी एखादा पॉट घेऊन रंगविणे किंवा ड्रेस रंगविणे, फ्रेम्स बनविणे या सगळ्या गोष्टी करतच होते. पण कधी करिअर म्हणनू मी त्याच्याकडे बघेन असं वाटलं नव्हतं. पठडीतलं शिक्षण पूर्ण केलं, इंजीनियरिंगला गेले. नंतर कॉलेजमध्ये लेक्चरर म्हणून नोकरीलाही लागले. लग्न झाल्यानंतर मुलांसाठी मी ब्रेक घेतला. त्या ब्रेकनंतर मनात ही कल्पना आली की आपण स्वतःचा काही व्यवसाय सुरू करावा, जेणेकरून आपल्याला मुलांनाही वेळ देता येईल आणि आपल्या सोयीप्रमाणे आपल्या कामाची वेळही ठरविता येईल.

मी नोकरी सोडलेली होती. मुलांची शाळाही सुरू झाली होती. आणि त्याच वेळी इंजिनिअरिंगचा पुढचा म्हणजे मास्टर्सचा अभ्यास पूर्ण करून त्याच्या परीक्षा देऊन माझी सगळी तयारी झालेली होती. त्यामळे मनात असं होतं की आता आपण परत जॉब करायचा. पण घरची जबाबदारी सांभाळताना नोकरी करण्यापेक्षा आपण घरी जास्त वेळ देऊन काय करू शकतो, याचे विचार सुरू होते. स्वतःच्या वेळेमध्येच

काही करावे असे वाटत होते. तेंव्हा आपली ही कलेची आवड व्यवसायात रूपांतरीत होऊ शकते का असा विचार मनात डोकावला. जेणेकरून मी घरी राहून काम करू शकेन आणि काही प्रमाणात आपल्या सोयीनुसार बाहेर जाता येईल. अशा पद्धतीने माझ्या व्यवसायाचा प्रारंभ झाला. अर्थात, सुरुवात फारच छोट्या प्रमाणात झाली होती. त्यामुळे किती अर्थार्जन होईल याची कल्पना येत नव्हती. पण आता छोटी का होईना सुरुवात झाली होती. मग त्यासाठी तयारी तर केलीच पाहिजे. आता व्यवसाय सुरू करायचा आणि तोही लेडीज वेअरमध्ये, फॅब्रिकमध्ये तर आपल्याला त्याची माहिती असणे अत्यतं गरजेचे आहे असे मला वाटले. म्हणून पहिल्यांदा मी पुण्यातील डेक्कनच्या इंटरनॅशनल इंस्टिट्यूट ऑफ फॅशन डिझाईन (INIFD) कॉलेजमधून फॅशन डिझायनिंगचा डिप्लोमा पूर्ण केला. त्यात फॅब्रिकचे वेगवेगळे प्रकार, शिवणकाम, फॅशन शो याची बारकाईने माहिती मिळविली.

व्यवसायाची सुरुवात ही हाताने पेंटिंग करण्यापासून झाली. मी छोट्या छोट्या एक्झिबिशन्समध्ये भाग घेत होते. हे सगळं अतिशय लहान प्रमाणात होतं. म्हणजे त्यातून अर्थार्जन फारच कमी प्रमाणात होत होतं. तेंव्हा मला लक्षात आलं की जोपर्यंत मी माझे उत्पादन वाढवत नाही तोपर्यंत हा व्यवसाय हॉबीपर्यंतच सीमित राहू शकतो. तेंव्हा मी प्रिटिंगमध्ये येण्याचा निर्णय घेतला. आणि तोच निर्णय माझ्या आत्ता सुरू असलेल्या 'आबंध' या व्यवसायाचा टर्निंग पॉइंट ठरला. एकदा आपल्याला मोठ्या प्रमाणात उत्पादन करण्याचा आत्मविश्वास आला की आपण व्यवसाय आपल्याला हवा तेव्हडा वाढवू शकतो. कारण पुढचं काम मार्केटिंगच असतं.

एखादा व्यवसाय ज्यावेळी आपण सुरू करायचे ठरवतो तेंव्हा सगळ्यात महत्त्वाची साथ लागते ती म्हणजे घरच्यांची. आणि माझ्या घरचे सगळेच लोक इतके पाठिंबा देणारे आहेत की त्यांचा विरोध तर झाला नाहीच, उलट त्यांची मला खपू मदतच झाली. जेव्हढे घरचे लोक महत्त्वाचे असतात तेव्हडेच आपल्या जवळच्या मित्रमैत्रिणींचे विचारही आपल्यासाठी खूप महत्त्वाचे असतात. माझा मित्र परिवारही मोठा असल्यामुळे आणि मी प्रथमच व्यवसायामध्ये उतरत असल्यामुळे मी अनेक जणांशी बोलायचे. अनेक जणांकडून मला सल्लाही हवा असे. कधी कधी हे सगळं करताना मला काही जणांच्या बोलण्यात साशंकता जाणवायची की, या प्रकारच्या व्यवसायाला कितपत भविष्य आहे? हा किती मोठा होऊ शकेल? पण माझा स्वतःवरती विश्वास होता. माझ्या क्रिएटिव्हिटीवर विश्वास होता. मला काही निश्चित कल्पना नव्हती की मी या व्यवसायामध्ये किती पुढे जाणार आहे. पण आपण चांगलं काम करत रहावं आणि 'केल्याने होत आहे रे' या गोष्टींवर मात्र माझा पूर्ण विश्वास होता.

सगळ्यात मोठा पाठिंबा हा घरच्यांकडून मिळाला. आणि मदतही घरूनच घेतली. बाकी अगदी जवळच्या मित्र-मैत्रिणींनीही त्यांच्या परीने मला सगळ्या प्रकारची मदत केली. त्याचप्रमाणे एकदा मीनलताई मोहाडीकर यांनी आयोजित केलेल्या 'फॅब्रिक पेंटिंग' या विषयावरील एक्जीबिशन मध्ये भाग घेतला. त्यांच्याकडून खूप शिकायला मिळाले. त्यांच्या संभाषणातून छोट्या छोट्या गोष्टी कळत गेल्या. व्यवसायासाठी काय काय गरजेचे आहे, जसं 'उद्योग आधार', आर्ट प्रॉडक्टसाठी 'आर्टिसान कार्ड' या प्रॅक्टिकल गोष्टी लागतात या सगळ्या गोष्टी त्यांच्यामुळे कळत गेल्या. अशा अनेक लोकांची मदत झाली. या सगळ्यांनी एक व्यासपीठ मिळवून दिले आणि आमची ग्राहक संख्या हळूहळू वाढत गेली.

स्त्रियांचे फॅशनेबल पोषाख ही गोष्टच मुळात अनिश्चितता दाखवते. वारंवार फॅशन बदलतात. त्यासाठी मार्केटमधील बदलांची अद्ययावत् माहिती असणे हे अत्यंत गरजेचे असते. या बदलानुसार काही वेगळेपणा, व्यवच्छेदक विक्री वैशिष्ट्य (USP) कायम जपले, तर नक्कीच आपले प्रॉडक्ट मार्केटमध्ये वेगळे दिसून येतात. आम्ही ते जपले. वेगळी, हटके डिझाईन्स आणि उत्तम दर्जाचे प्रिंटिंग हे आमचं वेगळेपण आहे. त्यामुळे स्पर्धा कमी व्हायला निश्चित मदत झाली.

व्यवसायाची सुरुवात मी वारली पेंटिंगपासून केली. आपल्या महाराष्ट्रातील ही आदिवासी कला आहे. ती शिकून घेतली. त्याचा कोर्स केला. त्या कलेबद्दल पूर्ण माहिती करून घेतल्यामुळे, त्यांची जीवनशलैली आपल्याला चित्रांमधून व्यवस्थितरीत्या दाखवता येते. त्याचप्रमाणे कपड्यांबाबत ज्ञान फॅशन डिझाईनच्या वेळी मिळविले. व्यवसाय सुरू झाल्यावर नवनवीन डिझाईन्स बनवत राहणे, आपली पारंपारिक चित्रं, पण जरा नवीन पद्धतीने आपण कशा प्रकारे काढू शकतो याचा विचार करत राहणे, दोन चित्रांना एकत्र करून वेगळे चित्र बनवणे (त्याला आम्ही फ्युजन म्हणतो) अशी विविध डिझाईन्स मी तयार करत गेले. आणि सगळ्यात महत्त्वाचं म्हणजे व्यवसाय करत असताना आपल्या ग्राहकांना काय हवं आहे याचा विचार सतत करत राहणे आणि त्यांच्याकडून फीडबॅक घेत राहणे. त्यामुळे तुम्ही ग्राहकांना अचूकपणे जे हवे ते देऊ शकता.

घरात कुठलीही व्यावसायिक पार्श्वभूमी नव्हती. त्यामुळे या क्षेत्रात शिरल्यावर पहिल्यांदा काय केलं पाहिजे इथपासून तयारी होती. सगळंच नव्याने शिकत जायचं होतं. हे पहिलं आव्हान होतं. व्यवसाय सुरू केल्यावर तर आपण खूप उत्साहात असतोच. त्यातून हा व्यवसाय कलेशी निगडित असल्यामुळे सुरुवात तर खूपच जोरदार होते. पण खरे कौशल्य हे नावीन्य टिकवून ठेवण्यात असतं. ग्राहकांना धरून

ठेवण्यात असतं. हे दुसरं आव्हान होतं. अणि तिसरं आव्हान म्हणजे व्यवसाय स्थिरावला की एक प्रकारचं साचलेपण जाणवायला लागतं. आपल्याला अपेक्षित असलेली प्रगती होत नाही का असं वाटायला लागतं. हे आपल्या व्यवसायाकडून आपल्या अपेक्षा वाढल्यामुळेही होऊ शकतं. अशा वेळी मन स्थिर ठेवून, अजून कोणकोणत्या मार्गांनी आपण प्रगती करू शकतो, याचे विचारपूर्वक नियोजन करावं लागतं. या प्रत्येक स्थितीचा अनुभव मी माझ्या व्यवसायात घेतला आहे.

माझ्यासाठी सगळ्यात समाधानाची गोष्ट म्हणजे मी जे ठरवलं होतं की आता मी माझ्या वेळेप्रमाणे काम करणार आहे, ते मी जमवू शकले. कारण जेंव्हा मुलांना वेळ द्यायची गरज होती त्यावेळी मी तो दिला आणि आता मुलंही मोठी झाली आहेत आणि व्यवसायही. आता मी व्यवसायाला पूर्ण वेळ देऊ शकते आहे.

समाधानाचे प्रसंग सांगायचे तर सगळ्यात पहिल्यांदा मला खूप आनंद झाला होता जेंव्हा मी एक्जीबिशन्समध्ये भाग घ्यायला सुरुवात केली होती. तेंव्हा माझ्या मुलांनी मला घरी आल्यावर सांगितलं की, ''आई आज ना मी एक ताई बघितली आणि तिने आपल्या 'आबंध'चा टी-शर्ट घातला होता.'' त्यानतंर मात्र हे प्रसंग असे येतच राहिले. अगदी अमेरिकेतनूसुद्धा आता 'आबंध'चे प्रॉडक्ट घेत असल्याचे मैत्रिणींकडून कळते तेंव्हा समाधान वाटतं.

या क्षेत्रात नव्याने येणाऱ्यांना मी पहिल्यांदा हे सांगेन की ज्यावेळी आपण कलेला व्यवसायाचे रूप देत असतो, त्यातून अर्थार्जन करण्याचा विचार करत असतो त्यावेळी ती कला ही केवळ कलाकारापर्यंत मर्यादित रहात नाही, तर त्याच्यामध्ये ग्राहकही सहभागी होत असतात. त्यामुळे त्यांना काय हवं आहे याचा विचारसुद्धा कलाकाराला करावा लागतो. दुसरा आणि तितकाच महत्त्वाचा मुद्दा असा की कलाकार कला उत्तम प्रकारे सादर करतच असतो. पण व्यवसाय म्हटलं की त्यामध्ये व्यवस्थापनही आलंच. जर ते तुम्हाला जमत असेल, तर एकतर ते तुम्ही स्वत: करावे किंवा तुमची टीम तयार करावी. तरंच व्यवसाय पुढे जाऊ शकतो. तिसरा मुद्दा असा की व्यवसायामध्ये आपल्याला किती अर्थार्जन होईल हे अचूकपणे सांगता येत नाही. कारण त्यात अनेक बाबींचा संबंध असतो. त्यामुळे आपल्या व्यवसायाच्या जमाखर्चाची नोंद अगदी काटेकोरपणे ठेवावी. आपले बॅलन्स शीट बघूनच आपले अर्थार्जन आणि आपल्या व्यवसायाची प्रगती आपल्याला कळत असते.

लेखन : सुश्री. सई रत्नपारखी

सावनी शेंडे – शास्त्रीय संगीत

संगीत आणि मी कधीच वेगळे नव्हतो. लहानपणापासून आजी कुसुमताई शेंडे आणि वडील डॉ. संजीव शेंडे इतरांना गाणं शिकवत असताना मी वयाच्या तिसऱ्या वर्षापासून ऐकत होते आणि मला ते फार आवडायचं. सहाव्या वर्षापासून मी आजीकडे रीतसर गाणं शिकायला लागले. सुरांच्या जगात मी रमत होते आणि ते खूप छान वाटत होतं. आपल्याला हे आवडतं आहे हे कळत होतं. आजी आणि वडील जसे मला प्रेमाने अंजारत गोंजारत वाढवत होते, तसंच स्वरांना प्रेमाने अंजारत गोंजारत पुढं कसं न्यायचं हे मी त्यांच्याकडून शिकले.

गाणं शिकायला सुरुवात केली तेंव्हा मी फार लहान होते. म्हणून मग पं. जितेंद्र अभिषेकी बुवांच्या सूचनेप्रमाणे आजीने सुरुवातीला विविध रागातील फक्त बंदिशी शिकविल्या. त्या पक्क्या डोक्यात बसल्यावर मग रागविस्तार वगैरे बारकावे शिकविले. पुढे मला जेंव्हा 'पं. जसराज गौरव पुरस्कार' मिळाला, सवाई गंधर्व संगीत महोत्सवामध्ये मिळणारा 'दत्तोपंत देशपांडे पुरस्कार' मिळाला किंवा पं. भीमसेन जोशींच्या हस्ते 'संगीत उन्मेष'चा पुरस्कार मिळाला त्यावेळी मला गुणीजनांचं माझ्या गाण्याविषयीचं मत कळलं. त्यांचे आशीर्वाद आणि मार्गदर्शन मिळालं. वीणाताई सहस्रबुद्धे याचं शिष्यत्व मला मिळालं हे मी माझं भाग्य समजते. तसंच डॉ. प्रभा अत्रे यांच्या गाण्यातून मला गाण्याचं जे सौंदर्यशास्त्र कळलं ते विलक्षण होतं. इतरही अनेक दिग्गज गायकगायिकांकडून मी शिकत गेले.

ऐकायला थोडं विचित्र वाटेल पण, शास्त्रीय संगीतात आकंठ डुंबत असतानासुद्धा आमच्या घरातील सर्वांची दैवतं होती लता मंगेशकर, आशा भोसले, रफीसाहेब, किशोरकुमार ही मंडळी. माझ्या गुरूंनी मला कुठलंच संगीत ऐकायला वर्ज्य केलं नव्हतं. 'जे जे सुंदर, उदात्त, उन्नत' ते सर्व ऐकायला आमच्याकडे कधीच प्रत्यवाय नव्हता. म्हणूनच लताबाईंच्या सुगम गाण्यातील सौंदर्यदृष्टी मी एखादा राग गाताना आणण्याचा प्रयत्न करते.

गाण्यात करिअर करण्याचा आनंद मी शब्दात सांगू शकत नाही. कारण आपली आवड हीच आपली करिअर असणं यासारखं सुख नाही. इतर क्षेत्रांपेक्षा संगीत अशा अर्थाने वेगळं आहे की, एकाचवेळी ते गायकाला तर आनंद देतंच; पण ते गाणं ऐकत असलेल्या हजारो जणांनाही त्या आनंदाची अनुभूती मिळते. मैफिलींमुळे अनेक चांगल्या लोकांशी परिचय होतो. ते तुम्हाला प्रोत्साहन देतात, कौतुक करतात. त्यामुळे एक बळ मिळतं.

'परमेश्वराजवळ जायचा सर्वात जवळचा मार्ग म्हणजे संगीत' असं जे सामवेदात सांगितलं आहे त्याचा मला प्रत्येक वेळी प्रत्यय येतो. वेगळं मेडीटेशन करायची गरजच पडत नाही. एखादा राग मैफिलीत गात असताना तुमची जी गानसमाधी लागते आणि कळत नकळत श्रोतेही ती अवस्था अनुभवतात तेंव्हा मिळणारं समाधान अलौकिक असतं.

शास्त्रीय संगीतात करिअर करण्याच्या माझ्या निर्णयाचं अर्थातच स्वागत झालं. कारण सगळ्यांची तशीच इच्छा होती. आमच्याकडे वैद्यकीय व्यवसायाची पार्श्वभूमी होती आणि मला डॉक्टर व्हायलाही आवडलं असतं. तसे मार्कही मिळत होते. पण मन आणि बुद्धीचा संगम मला गाण्यात जास्त दिसला म्हणून मी गाण्यात करिअर करण्याचा निर्णय घेतला. आणि त्याचा मला अतिशय आनंद आहे.

या क्षेत्रातील स्पर्धा आणि अनिश्चितता याचा कळत्या वयात मला नक्कीच विचार करावा लागला. जेंव्हा प्रोफेशनली आपण या कलेचा विचार करतो, तेंव्हा कायम मनामध्ये आर्थिक विचार असतोच. म्हणजे एखाद्या महिन्यात तुम्हाला पाच कार्यक्रम मिळतील, एखाद्या महिन्यात दोनच. हे होतच राहणार हे तुम्हाला मान्य करावं लागतं. पण जेंव्हा तुम्ही एखाद्या क्षेत्राचा पूर्ण विचार करून निर्णय घेता आणि जेंव्हा तुम्हाला घरच्यांची पण साथ असते त्यावेळी एक आत्मविश्वास येतो, एक बळ येतं. शास्त्रीय संगीत कलाकार म्हणून जम बसायला वेळ लागतो. त्यामुळे तोपर्यंतची अनिश्चितता आपल्याला मान्यच करावी लागते.

स्पर्धा असणं चांगलंच आहे. पण स्पर्धा ही फक्त स्वत:शीच असली पाहिजे

अशी आम्हाला शिकवण होती. एक महिन्यापूर्वी जे गात होते त्यापेक्षा मी आज काय वेगळं गातेय, काय भर घातली आहे याचाच विचार कायम मनात असे. 'माझी कला जास्तीत जास्त लोकांपर्यंत कशी पोहोचेल, मला जे नवीन सुचलंय ते मी कधी गाऊ?' ही भूक शमणं किंवा जागृत ठेवणं हे मला स्पर्धेपेक्षा जास्त महत्त्वाचं वाटतं.

शास्त्रीय संगीताच्या क्षेत्रामध्ये आर्थिक दृष्ट्या जम बसायला नक्कीच वेळ लागतो. पण याची मानसिक तयारी केली असल्यामुळे नैराश्य आलं नाही. शिवाय सुरांचा सहवास इतका सकारात्मक असतो की निराशा तुमच्या जवळ येऊच शकत नाही. कोविडच्या काळात अनेकांना मानसिक आजारांना तोंड द्यावं लागलं. पण कलाकारांनी भक्कमपणे उभे राहून तो काळ निभावून नेला. कारण, कला मुळातच तुम्हाला सकारात्मक बनवते. कोविडच्या दोन वर्षांच्या काळात आम्ही ऑन लाईन संगीताचे कार्यक्रम केले. ते इतके सकारात्मक होते की, अगदी पाश्चात्य श्रोत्यांकडूनही असा प्रतिसाद आला की, 'हे ऐकून आम्हाला काही वेगळंच वाटलं. एखाद्या खोल गर्तेतून बाहेर आल्यासारखे वाटलं'. भारतीय शास्त्रीय संगीताचं हेच तर श्रेष्ठत्व आहे.

या कलेतून अर्थार्जन हा उद्देश सुरुवातीला नव्हताच. गुणीजनांनी आपलं गाणं ऐकावं, त्यातल्या चांगल्या वाईट गोष्टींची जाणीव करून द्यावी हीच सुरुवातीला अपेक्षा होती. जेंव्हा हे जाणकार लोक इतरांना माझ्या गाण्याचा कार्यक्रम करायला सुचवत तेंव्हा धन्य वाटत असे. आपण काहीतरी बरं गातो आहोत हा आत्मविश्वासही त्यामुळे वाढीस लागत असे. मैफिल कशी रंगवावी याचा अनुभवही त्यातून मिळत होता.

पुढे प्रतिष्ठित कलाकारांमध्ये गणना होऊ लागली तेंव्हा व्यावसायिक विचार करणं सुरू झालं. पण घरची शिकवण अशी होती की अवाच्यासवा बिदागीची मागणी करणं हे अनैतिक वाटत असे. त्यामुळे आजही मी बिदागीची मागणी सूज्ञपणेच करते. आपल्या गाण्याचा दर्जा राखून ते श्रोत्यांपर्यंत पोहोचविणं हे मला बिदागीपेक्षा महत्त्वाचं वाटतं.

संगीत कलेत प्रावीण्य मिळविणं ही एक शेवटच्या श्वासापर्यंत चालणारी, कधीही न संपणारी प्रक्रीया आहे. खऱ्या कलाकाराला नाविन्याची ओढ असते. अर्थात, जुन्याचा पाया भक्कम ठेवूनच नवीन प्रयोग केले पाहिजेत. कारण जुनं सगळंच टाकाऊ नसतं. केवळ काहीतरी वेगळं करण्याच्या नादात उटपटांग गोष्टी करणं योग्य नव्हे. रंजकता कायम ठेवूनही गुणीजनांची व ज्ञानवंतांची दाद मिळविण्यासाठी सतत रियाज करणं आवश्यक आहे. हा रियाज तंबोरा घेऊनच केला पाहिजे असं नाही. शांत बसून एखाद्या बंदिशीचा विचार करणं किंवा दुसऱ्याचं गाणं ऐकून त्यातल्या

चांगल्या गोष्टी आत्मसात करणं हाही रियाजच आहे. हे सगळं केल्याशिवाय प्रवीण्याकडे वाटचाल होऊ शकत नाही.

या क्षेत्रात नव्याने येणाऱ्या विद्यार्थ्यांना मी सांगेन की या कलेला शॉर्टकट नाही. त्यामुळे आज तुम्ही एक गोष्ट शिकलात आणि उद्या तुम्ही ती बाहेर जाऊन गायली, असं होत नाही आणि त्याचं लागलीच कौतुक होईल असंही नाही. यासाठी मनाची बैठक शांत ठेवायची. तात्कालिक प्रसिद्धी किंवा पैसा मिळत असला तरी हे टिकवून धरण्यासाठी तुमचे श्रम आणि मनाची बैठक उपयोगी पडणार आहे. सातत्याने चांगलं परफॉर्म करण्यासाठी तुमची त्यागाची तयारी हवी. इतरांसारखं आयुष्य आपण नाही एन्जॉय करू शकत. एक वेगळ्या प्रकारचा, अध्यात्मिक पातळीवरचा परमोच्च आनंद जर तुम्हाला मिळवायचा असेल आणि इतरांनाही त्या आनंदात सहभागी करून घ्यायचं असेल तर तुम्ही तुमच्या मनाच्या कोपऱ्यात डोकावणं अतिशय महत्त्वाचं आहे. अंतर्मुख होऊन पुढची प्रकाशाची वाट शोधण्यासाठी स्वत:ला खोल मनाच्या कुपीमध्ये बंद करून ठेवता आलं पाहिजे आणि काही तरी नवीन घेऊन बाहेर पण येता आलं पाहिजे. त्यासाठी जी शांतता हवी ती मनातच मिळते.

एका गोष्टीचा विचार अलीकडे माझ्या मनात येतो. इन्टरनेटमुळे 'यु ट्युब'वर किंवा अन्यत्र खूप गाणं ऐकण्यासाठी सहज उपलब्ध आहे. त्यात अभिजात संगीत आहे तसंच अतिशय सवंग संगीतही आहे. आणि त्यालासुद्धा खूप लाईक मिळतात. चूक ऐकणाऱ्यांची नाही. मला वाटतं आम्हा कलाकारांची ही जबाबदारी आहे की आम्ही तरुण पिढीला अभिजात संगीताची गोडी लागण्यासाठी प्रयत्न करायला हवेत. त्यांना पटवून द्यायला हवे की शास्त्रीय संगीत समजायला फार क्लिष्ट किंवा गहन नाही. त्यासाठी संवादात्मक कार्यक्रम घेऊन शास्त्रीय संगीत ऐकायचं कसं, त्याचा आनंद कसा घ्यायचा हे सोप्या पद्धतीने उदाहरणासह सांगितलं पाहिजे. यातूनच चांगले कानसेन तयार होतील असं मला वाटतं.

शब्दांकन : मनोहर इंगळे

(सुश्री. सावनी शेंडे यांनी कथन केल्यानुसार)

सीमा साठे – दागिने बनविणे

मी दागिने बनविते. वेगवेगळ्या प्रकारचे दागिने बनविणे ही माझी कला आहे, माझी आवड आहे. त्यातून मी अर्थार्जन करते. सुरुवातीला मला दागिने बघून प्रश्न पडायचा, उत्सुकता वाटायची की हे दागिने कसे बनवत असतील? त्याला लागणाऱ्या वस्तू कुठे मिळत असतील?

मी एका कंपनीत कामाला होते. तिथल्या माझ्या एका मैत्रिणीला दागिने बनवायला येत होते. "तू मला दागिने बनवायला शिकवशील का?" असे मी तिला विचारले. ती म्हणाली, "सामान घेऊन ये. मी शिकवीन."

तिने सांगितलेल्या ठिकाणाहून मी सामान घेऊन आले. जेवणाच्या सुट्टीत ऑफिसमध्ये तिने एक नेकलेस बनविला आणि तिचे पाहून मी पण तसाच नेकलेस बनविला. तो तिच्या इतका सुबक नव्हता. पण बऱ्यापैकी जमला होता. मग मी वेगवेगळे दागिने बनवून पाहिले. जिथे अडचण येत असे तिथे मैत्रिणीला विचारत असे. असं करून मी बरेच काही शिकले. मोत्याचे, रेशमी धाग्याचे असे विविध प्रकारचे दागिने मी शिकले आणि मला जाणवले की माझ्यामध्ये ही कला आहे. दागिन्यांविषयी माझी उत्सुकता वाढू लागली. दुकानात, मोबाईलवर किंवा फोटोमध्ये दागिने बघितल्यावर मला वाटू लागलं की या दागिन्यांमध्ये थोडा बदल करून वेगळ्या पद्धतीचे दागिने करता येतील का? मग मी हे काम तसेच चालू ठेवले. माझं मन त्यात रमू लागले.

मी बनविलेले दागिने माझ्या नातेवाईकांना, मैत्रिणींना, आजूबाजूच्या लोकांना आवडू लागले. ते सर्व माझ्याकडून तसे दागिने बनवून घेऊ लागले. मी त्यांना काहीही पैसे न घेता दागिने बनवून देत होते. पण माझ्या दोन मैत्रिणींनी मला सांगितले की, ''तुझ्यात ही कला आहे, तू इतके छान दागिने बनवितेस, लोकांना ते आवडतात तर फुकट का देतेस? त्यांच्याकडून पैसे घे. दागिने विकायला सुरुवात कर.''

मला तिचे म्हणणे पटले. आजकाल उत्पन्नाचे दुसरे साधन असणे आवश्यक झाले आहे. मी आधीपासून नोकरी करत होतेच. ती नोकरी करत असतानाच योगायोगाने मला माझ्यातली कला सापडली. आपल्यात ही कला आहे याची जाणीव झाली. हे काम करायला मला आवडते हे लक्षात आले. आपण केलेले दागिने इतरांना आवडतात हे कळले आणि मग मनात विचार आला की आपण यातून चार पैसे का मिळवू नयेत? हे करताना आपली कलेची आवडही जोपासली जाईल आणि पैसे पण मिळतील. अशा प्रकारे मी माझ्या कलेतून अर्थार्जन सुरू केले.

सुरुवातीला ओळखीच्या लोकांना सांगायला सुरुवात केली. एक दोन दुकानातही सांगून ठेवले. हळू हळू मोबाईलवरून सोशल मिडिया मार्केटिंग सुरू केले. स्टेटसला ठेवून, पोस्ट करून, रीसेलिंग ॲपवर पोस्ट करून मागणी वाढवायचा प्रयत्न केला.

नोकरी करत असताना दिवसभरात जसा वेळ मिळेल तसे दागिने तयार करत होते. कामावरून घरी आल्यावर थोडं घरकाम करून दागिने करायला बसत असे. ऑर्डर मोठी असे तेंव्हा रात्री उशिरापर्यंत बसून काम केले व अशा प्रकारे नोकरी सांभाळून या कलेतून अर्थार्जनही सुरू ठेवले.

स्वत: केलेले दागिने विकून चार पैसे मिळवायचे ठरविले तेंव्हा सुरुवातीला घरातील काहीजणांकडून थोडा विरोध झाला. अर्थात, तो काळजीपोटीच होता. 'तुझ्या कष्टाच्या मानाने तुला असे किती पैसे मिळणार? साहित्यासाठी लागणारे भांडवल कोठून उभे करणार?' अशा प्रकारच्या शंकांमधून तो विरोध होता. पण जशा नवीन ऑर्डर येत गेल्या, मी केलेले दागिने लोकांना आवडू लागले, खर्च जाऊन थोडा नफा हातात पडू लागला तसा हा विरोध मावळला. घरातील साऱ्यांचाच पाठिंबा मिळाला. त्यांनी पैशांनी व कष्टाने केलेली मदत माझ्यासाठी बहुमोल होती.

या क्षेत्रात स्पर्धा तर असणारच होती. पण मी पुढे जायचे ठरविले होते. त्यामुळे आपण आपल्या वस्तू सर्वोत्कृष्ट करायच्या दृष्टीने प्रयत्न चालू ठेविले. उत्तम फिनिश असणारे विविध पद्धतीचे दागिने कसे करता येतील याकडे लक्ष दिले. मोत्यांचे, रेशमी धाग्यांचे, कापडाचे, खणांचे, खड्यांचे असे अनेक प्रकारचे दागिने केले आणि ते लोकांना आवडले.

माझ्या कलेत अधिकाधिक प्रावीण्य मिळविणे तितकेच गरजेचे होते. त्यासाठी मी प्रत्येक प्रकारचे दागिने पुनःपुन्हा बनविले. मला हवे तसे फिनिशिंग येईपर्यंत बनवत गेले. मला वाटते की जोपर्यंत एखाद्या दागिन्यावर आपला हात बसत नाही, उत्तम फिनिशिंग येत नाही तोपर्यंत तो दागिना लोकांच्या पसंतीस पडत नाही. जर ग्राहकाला दागिना पसंतच पडला नाही तर तो विकला तरी कसा जाणार आणि त्यातून अर्थार्जन कसे होणार? त्यासाठी त्यावर हात बसणे गरजेचे आहे. दागिन्यात काय कमी आहे हे कळले तर आपण त्यात सुधारणा करू शकतो. दागिना पुन्हा पुन्हा करून पाहिल्यावरच ते लक्षात येते. मला जाणवणाऱ्या त्रुटींचा मी अभ्यास करते, तो दागिना आणखी सुंदर, सुबक कसा करता येईल याचा विचार करते. त्यानुसार तो दागिना पुनःपुन्हा करून बघते. मग तो दागिना ग्राहकाला नक्की पसंत पडतो. तसेच या प्रयत्नात मीही माझ्या क्षेत्रात अद्ययावत राहते.

सुरुवातीला दागिन्यांसाठी लागणारे सामान आणायला पैसे नसायचे. घरचे लोक थोडी मदत करायचे. पण त्यातून पुरेसे अर्थार्जन होत नव्हते. करोनाच्या संकटात तर नोकरीही बंद होती. दागिनेही विकले जात नव्हते. मोठीच आर्थिक समस्या निर्माण झाली होती.

त्यावेळी माझ्या एका मैत्रिणीने मला माहिती दिली की तिच्या ओळखीतले एक गृहस्थ वेगवेगळ्या सोसायट्यांमध्ये जाऊन स्टॉल लावतात. त्यांच्या स्टॉलमध्ये माझे दागिने ठेवण्याची सूचना तिने मला दिली. त्यावेळी माझ्याकडे पुरेसे दागिने नव्हते. सामानही कमी होते. पैशांचा प्रॉब्लेम होताच. मग घरच्यांशी बोलून त्यांची मदत घेतली. घरातील सगळ्यांनी थोडे थोडे पैसे दिले. दुकानदार ओळखीचा झाला होता. त्याने थोडे सामान उधारीवर दिले.

हातात वेळ कमी होता. घरच्या सगळ्यांची मदत घेऊन रात्री उशिरापर्यंत जागून स्टॉलवर मांडता येतील येव्हडे दागिने बनविले. सोसायट्यांमधून थोडे थोडे दागिने विकले जाऊ लागले. कोविडचे संकट निघून गेल्यावर हळूहळू पूर्ववत ऑर्डर्स मिळू लागल्या. नफाही होऊ लागला. निराशेच्या काळात अशा रीतीने हताश न होता मार्ग काढला.

मला माझे काम अतिशय आवडते. मी दागिने करण्यात रमते. यात करिअर करावी अशी माझी खूप इच्छा होती. दागिना बनविताना मला आनंद होतो. त्या पूर्ण प्रक्रियेची मी मजा घेते. ग्राहकांना जेंव्हा ते दागिने आवडतात, ते त्याचे कौतुक करतात तेंव्हा खूप समाधान वाटते. आपण घेतलेल्या श्रमाचे सार्थक झाल्यासारखे वाटते.

ज्या कलेतून आपण अर्थार्जन करायचे ठरवितो त्या कलेचा खोलवर अभ्यास करणे आवश्यक आहे. जे काही करायचे ते सर्वोत्तम करण्याचा ध्यास घ्यायला पाहिजे. ग्राहकाला काय पसंत पडेल, त्याला काय वेगळे देता येईल याचा सतत विचार केला पाहिजे. त्याचबरोबर आर्थिक बाजूवर पण लक्ष ठेवायला हवे. होणारा खर्च, न दिसणारा खर्च, अनुषंगिक खर्च या सगळ्याच्या व्यवस्थितपणे नोंदी ठेवून व योग्य नफा ठरवून मग किंमत ठरवावी. हे करत असताना ग्राहकाची त्या किंमतीवरची प्रतिक्रिया काय असेल व इतर स्पर्धक ती वस्तू काय किंमतीला विकत आहेत याचा अंदाज घेणे आवश्यक आहे.

कुठल्याही कलेतून अर्थार्जन करताना सुरुवातीला पैसे खूप कमी मिळतात. अशा वेळी निराश न होता संयम बाळगणे, चिकाटीने काम करत राहणे, नवनवीन पद्धतीने कलात्मक वस्तू किंवा सेवा ग्राहकाला देणे हे महत्त्वाचे आहे. स्पर्धेत टिकून राहण्यासाठी आपल्याला झेपेल, जमेल त्या पद्धतीने किंमत ठरवावी व जाहिरात करावी. त्यासाठी मार्ग आपल्यालाच शोधावे लागतात हे लक्षात घ्या. अर्थात, जाणकारांची व हितचिंतकांची मदत जरूर घ्यावी.

सगळ्यांनाच आपल्या कलेतून लहान प्रमाणात सुरू केलेला व्यवसाय खूप मोठ्या स्तरावर नेता येत नाही. म्हणून अतिमहत्त्वाकांक्षी न राहता पुरेशा उत्पन्नावर समाधानी राहायला पाहिजे. आपण जे करतो ते आपल्याला आवडते आहे, त्यात आपण रमतो आणि त्यातून अर्थार्जनही होते आहे, याचे मोल पैशात मोजणे शक्य आहे का?

लेखन : सीमा साठे

सोनिया परचुरे - नृत्यकला.

मी लहान असताना ठाण्यातील ब्राह्मण सोसायटीमध्ये राहत होते. तेथे माघी गणशोत्सव व्हायचा. एका वर्षी तिथे पूनम मुर्डेश्वर यांच्या नृत्याचा कार्यक्रम होता. तो मी अगदी लहान वयात पाहिला. तो बघितल्यावर मला असं वाटलं की हे मला शिकायला आवडेल. म्हणून खरंतर नृत्य शिकायला सुरुवात झाली. 'स्वरसाधना' नावाची मुंबईमध्ये एक संस्था आहे. त्या संस्थेतर्फे शास्त्रीय नृत्याच्या स्पर्धा व्हायच्या. त्या स्पर्धेमध्ये पूनमताईंनी आम्हाला उतरवलं. काही तांत्रिक कारणाने मला त्यात बक्षिस मिळालं नाही. पण सगळ्यांना माझं नृत्य खूप आवडलं. माझं खूप कौतुक झालं. पुढे जिथे जिथे मी नृत्य सादर केलं तिथे तिथे अशा कौतुकाचा मी अनुभव घेतला. त्यावेळी कुठेतरी आतून जाणीव व्हायला लागली की आपल्याला कलेचं अंग आहे किंवा आपल्याला कलेचा स्पर्श आहे. आपल्यावर काहीतरी परमेश्वरी कृपा आहे. पूनमताईंचा नृत्याचा क्लास मला फार आवडायचा. मला आठवतंय की माझा क्लास रविवारी असायचा. बरेचदा रविवारी कोणाकडे काही तरी समारंभ निघायचे. पण क्लास बुडवून मी कधी त्या समारंभासाठी कोणाकडे गेलेय असं मला आठवत नाही. नृत्याचा क्लास हा माझ्यासाठी अपरिहार्य भाग झाला होता; माझ्या जगण्याचा तो भाग झाला होता आणि तेंव्हाच माझ्या लक्षात आलं की जे काही मी करत होते ते मला अतिशय आवडतंय.

या कलेच्या माध्यमातून, कलेच्या सादरीकरणातून अर्थार्जन करावं हा विचार

मला खूप उशीरा समजला. कारण आपली आवड पुरवली जातेय यातच मी खूष होते. नृत्याचं सादरीकरण हे तसं खर्चिक आहे. नृत्य सादर करताना तबला वादक, हार्मोनियम वादक, गायक आणि पढंतसाठी एक कलाकार असे चार साथीदार लागतात. नृत्य ही दृश्यात्मक कला असल्यामुळे त्यासाठी लागणारी वेषभूषा, केशभूषा, त्याला लागणारे दागदागिने हे खर्चिक काम असतं. मग कला सादरीकरणासाठी लागणारे पैसै ह्या कलेच्या माध्यमातूनच आपण मिळवावेत असा विचार मनात आला. त्यावेळी मी व्यावसायिक नाटकांमध्ये काम करत होते. नृत्य आणि नाटक यात बॅलन्स करणं मला अवघड जायला लागलं. 'नाटक की नृत्य?' या दोघांमध्ये माझं प्राधान्य त्या काळातही शास्त्रीय नृत्यालाच होतं. सोलो परफॉर्मन्स करून किती पैसे मिळतील याची खात्री नसल्याने मी नृत्याचे वर्ग सुरू केले. आपण शिकवण्याची जबाबदारी घेतली की आपण सतत अद्ययावत राहण्याचा प्रयत्न करतो हा पण वर्ग सुरू करण्यामागचा एक विचार होता.

अन्य कोणत्याही कलाक्षेत्राप्रमाणे या क्षेत्रातही अनिश्चितता आहे. सुरुवातीला तुमची प्रसिद्धि होईपर्यंत कमी मानधनात काम करावं लागतं. एकदा तुमची 'प्रतिष्ठित कलाकार' अशी ओळख झाल्यानंतर तुम्हाला हळूहळू चांगलं मानधन मिळायला लागतं. नृत्याच्या क्लासला स्पर्धा असतेच. मी सत्तावीस वर्षांपूर्वी क्लास सुरू केला तेंव्हा ठाण्यात पाच सहाच क्लास होते. आता गल्लोगल्ली क्लास झालेत. त्यामुळे स्पर्धा खूपच आहे. परिणामी, बरेचदा त्या स्पर्धेत बाजारूपणाचा आणि अनैतिकतेचा शिरकाव होतो. पण तरीही मला असं वाटतं की चांगलं काम हे चांगलंच असतं आणि ते सिद्ध होतंच. त्यामुळे ती स्पर्धा एका ठराविक लेव्हलपर्यंतच राहते आणि नंतर चांगलं काम करणारेच एकत्र येतात. आपली खरी स्पर्धा आपल्याशीच असते.

या कलेत मी प्रावीण्य मिळवलं आहे की नाही हे मला माहीत नाही; पण मी सतत चांगलं शिकण्याचा प्रयत्न करत राहिले. विविध मातब्बर गुरुजनांची नृत्यकला पाहिली. त्यांचं अनुसरण केलं. मी माझं शिकणं थांबवलं नाही. मी आजही तालयोगी पद्मश्री पंडित सुरेश तळवलकरांकडे नृत्यातील लयकारीचे धडे घेतेय. आपण जे सादर करतोय त्याने आपण ज्ञानी गुरुजनांना आनंद देऊ शकतोय का, किंवा त्यांच्याकडून एखाद्यावेळी तरी समाधानाने मान डोलावली जातेय का? यासाठीची धडपड मी आजही थांबवलेली नाही. आपल्यला सगळं आलंय असा बनचुकेपणा मी माझ्या मनात कधी येऊ देत नाही. उलट जसं जसं या कलेमध्ये मी खोलात शिरण्याचा प्रयत्न करतेय तसं तसं आपल्याला किती गोष्टी अजून येत नाहीत किंवा कळल्याच नाहीत याची नव्याने जाणीव होते आहे. हे मी विनयाने सांगत नसून प्रत्ययातून सांगते आहे.

माझा ठाम विश्वास आहे की तुम्ही काहीतरी चांगलं बघितलंत, त्याचं रसग्रहण

केलंत तर त्याचा तुमच्या मनावर, हृदयावर परिणाम होतो आणि मग तुमच्या मनाचा आणि बुद्धीचा मिलाफ होऊन एक उत्तम कलाकृति प्रकट होते. तुम्ही बघितलेल्या, अनुभवलेल्या सगळ्या चांगल्या गोष्टींचा तुमच्या कलेवर परिणाम होत असतो.

मी अनेक नवीन स्टाईल्स पण शिकले. मला खूप आवडणारी शैली म्हणजे ओडिसी. त्याचं मी थोडसं शिक्षण घेतलं. त्यानंतर मी साल्सा शिकले, लॅटिन बॉलरूमचे धडे घेतले. नृत्य दिग्दर्शन करताना मला याचा फार उपयोग झाला. माझा स्वतःचा एक ग्रुप आहे. वेगवेगळ्या ठिकाणी महाराष्ट्रात, महाराष्ट्राबाहेर, भारताबाहेर मी सादरीकरण करत असते. त्यामुळे माझा सतत तरुण पिढीशी संपर्क असतो. नवीन नृत्य शैली, तरुण पिढीची आवड याची माहिती होते. मग परंपरा आणि नवता ह्यांचा एक चांगला संगम कसा होईल ह्याचा मी प्रयत्न करते.

आर्थिक स्थैर्याविषयी मला कधीच चिंता नव्हती. कारण माझे पती श्री. अतुल परचुरे सिनेनाट्य क्षेत्रात चांगले स्थिरावले होते. तोपर्यंत माझ्या कलेला लागण्यासाठी आवश्यक असलेली गंगाजळीही मी मिळवू लागले होते. त्यामुळे ती चिंता मला कधीच नव्हती. पण एखाद्याला जेव्हा अर्थार्जन करून आपलं कुटुंब सक्षमतेने चालवायचं असतं तेंव्हा आर्थिक स्थैर्याचा विचार करावाच लागतो.

निराशेचे क्षण मात्र खूप आले. म्हणजे आपण रोज रियाज करत राहायचं; पण कार्यक्रम कधी मिळेल याची खात्री नाही. एखादा कार्यक्रम मिळाला तरी, दोन कार्यक्रमांमध्ये बराच काळ गेला की असं वाटायचं की कधी मी लोकांना एक चांगली नर्तिका म्हणून माहित होईन? कधी मला चांगले कार्यक्रम मिळणार आहेत? कधी मला चांगले फेस्टिवल्स मिळणार आहेत?

गायन वादनाचे जितके कार्यक्रम होतात त्यामानाने नृत्याचे कार्यक्रम फारच कमी होतात. खरंतर संगीतात गायन वादन आणि नृत्य या तीनही कलांचा समावेश आहे. पण सार्वजनिक किंवा खासगी कार्यक्रमात नृत्य दुर्लक्षितच आहे. नट किंवा गायक, वादक यांना जितकं प्रसिद्धीचं वलय असतं तसं नर्तकाला नसतं. दहा एक वर्षांपूर्वी अशी परिस्थिति होती की नाट्यगृहामध्ये माझाच नृत्याचा सोलो कार्यक्रम असे, मी रंगमंचावर जाण्यासाठी नाट्यगृहात प्रवेश करायचे आणि मलाच अडवलं जायचं, की तुम्ही कोण आहात म्हणून! त्यावेळी निराशेचे क्षण येत.

अर्थात, अनेकदा समाधानाचे आणि आनंदाचे प्रसंग अनुभवले आहेत. एकदा माझा सोफिया कॉलेजला कार्यक्रम होता. अत्यंत कमी गर्दी होती. मी निराश झाले की काहीच बुकिंग नाही. प्रयोग अतिशय चांगला झाला. नेहमी प्रयोग झाल्यानंतर मी लोकांशी बोलते. त्यावेळी एक प्रेक्षक उभा राहून म्हणाला की, "I want to confess that it is our loss that this theatre is empty. I say sorry on behalf of those unfortunate ones who couldn't see this performance." मला खूप समाधान वाटलं.

एकदा माझा सोलो परफॉर्मन्स होता लोणावळा खंडाळा निवासी फेस्टिवलमध्ये. कार्यक्रम संपल्यावर एक बाई आत आली आणि साश्रू नयनांनी ती माझे पाय चेपू लागली. मला खूप अवघडल्यासारखं झालं. पण तिच्या चेहऱ्यावर इतका आनंद दिसत होता की मी तिला थांबवू शकले नाही.

माझ्या गीत रामायणाच्या एका प्रयोगाला रमेश देव आणि सीमाताई आले होते. पूर्व नियोजित कामामुळे रमेश देव मध्यंतरानंतर जाणार होते. पण ते कार्यक्रम पूर्ण होईपर्यंत थांबले आणि आत येऊन मला म्हणाले, ''अगं, मी जाऊच नाही शकलो. इतकं चांगलं चालू होतं.'' त्यावेळचा माझा आनंद मी शब्दात सांगू शकत नाही. असे आनंदाचे खूप प्रसंग आले.

नव्याने या क्षेत्रात येऊ इच्छिणाऱ्या कलाकारांना मी सांगेन की तुमची पिढी अतिशय स्मार्ट आहे. 'नो नॉनसेन्स' आहे. तुम्हाला टेक्नोलॉजी व फायनान्स मॅनेजमेन्टची उत्तम जाण आहे. तर ह्या सगळ्याचा योग्य आधार घेऊन तुमचे नृत्य वर्ग सुरू करा. आणि व्यावसायिक पद्धतीने चालवा. पण त्याचवेळी त्या औपचारिकतेचा स्पर्श तुमच्या कलेला होऊ देऊ नका. कारण कला ही अशी बंदिस्त कधीच नसते. तुम्हाला चांगली कला निर्माण करायची असेल तर तुम्हाला त्यात रमावं लागतं, दुसऱ्याचं खूप शांतपणे बघावं लागतं, बघून ते शांतपणे मनात रुजवावं लागतं आणि त्याच्यानंतर ते कधीतरी तुमच्यातून एक कलाकृति होऊन बाहेर येतं.

गुरूने जे शिकवलंय त्याचं उत्तम मंथन करून, मनन करून, चिंतन करून त्याच्यावर रियाझ करून खूप चांगल्या पद्धतीने समोरच्या प्रेक्षकांपर्यंत मांडणं हे चांगल्या कलाकाराचं लक्षण आहे. कुठलीही गोष्ट मला आलीच आहे, मला येईलच, आता काय मी कोणीतरी बनलीय, अशी कुठलीही भावना कलाकाराच्या मनामध्ये नसावी आणि सतत विद्यार्थी दशेत असणं हेच एका चांगल्या कलाकाराचं लक्षण आहे. जेंव्हा तुम्ही नृत्यवर्ग चालवता तेंव्हा तुमच्याकडे नवीन छोटी छोटी मुलं शिकायला येतात. ही मुलं तुमची जबाबदारी आहे. तुम्ही त्यांचं पालकत्व घेणं आवश्यक आहे. त्यांना नृत्य येणं, त्यांच्यामध्ये नृत्य रुजणं ही तुमची जबाबदारी आहे. आणि जेंव्हा ही जबाबदारी तुमची गरज बनेल, तुमचं पॅशन बनेल तेंव्हा खूप चांगल्या गोष्टींना जन्म दिला जाईल असं मला वाटतं.

शब्दांकन : मनोहर इंगळे

(सुश्री. सोनिया परचुरे यांच्या कथनानुसार)